आपल्या स्नेहीजनांना पुस्तके भेट द्या

गोष्ट गोष्ट राणी

स्वाती चांदोरकर

D9900538

मेहता
पब्लिशिंग
हाऊस

GOL GOL RANI by SWATI CHANDORKAR
गोल गोल राणी / कथासंग्रह

© स्वाती चांदोरकर

प्रकाशक : सुनील अनिल मेहता, मेहता पब्लिशिंग हाऊस,
१९४१, सदाशिव पेठ, माडीवाले कॉलनी, पुणे - ४११०३०.
अक्षरजुळणी : पीसी-नेट, नारायण पेठ, पुणे - ३०

मुखपृष्ठ : चंद्रमोहन कुलकर्णी
प्रथमावृत्ती : ऑक्टोबर, २००५ / पुनर्मुद्रण : फेब्रुवारी, २०१५

P Book ISBN 9788177666182
E Book ISBN 9788184986488
E Books available on : play.google.com/store/books
www.amazon.in/b?node=15513892031

मनोगत

कधी काय घडणार आहे हे ठरलेलं असतं, असं साधारणपणे सर्वच म्हणतात. ती ती गोष्ट त्या त्या वेळीच घडते; पण माणसाला प्रत्येक गोष्टीची घाई असते. त्या अदृश्य शक्तीचं नियोजन माणूस स्वीकारू शकत नाही ते ह्याच कारणाने. मग चूटपूट लागून राहते. अगदी सहजतेने विधान केलं जातं, 'अरेरे, हे आधी घडलं असतं तर !'

मीही असंच म्हणते, 'अरेरे, हे आधी घडायला हवं होतं.' आई-बापू असताना जर हे पुस्तक निघालं असतं, तर त्यापरता दुसरा आनंद नव्हता. 'तू लिही.' असं बापूंनी कैकवेळा सांगितलं असेल. मला आठवतं, मी नववीत असतानाचा माझा शाळेतला एक निबंध त्यांनी वाचला होता, तेव्हापासून ते मला सांगत राहिले. मी त्यांचं म्हणणं टाळलं नाही. मी काही गोष्टी लिहिल्यासुद्धा ! पण सातत्य ठेवलं नाही.

घडून गेलेल्या गोष्टींवर पश्चात्ताप करण्याची वेळ माणूस स्वत:च्या आयुष्यात वारंवार आणतो. मीही काही वेगळं केलं नाही.

त्या पश्चात्तापावर हा एक उतारा! ती. आई-बापूंना हे पुस्तक अर्पण! माझ्या सर्व चुकांना त्यांनी कायमच कवेत घेतलं, माझ्या यशावर त्यांनी कायमच कौतुकाचा वर्षाव केला. मला त्यांचं उतराई व्हायचं नाहीये. मला हे त्यांचं ऋण मिरवायचं आहे.

मेहता पब्लिशिंग हाऊसचे श्री. सुनील मेहता यांनी मला स्फूर्ती दिली. लिहिलेल्या कथांची माझी पोतडी एका कोपऱ्यात कुठेतरी लपून गेली होती. त्या पोतडीतून त्या कथांना सूर्यप्रकाश दाखवण्याचं धैर्य त्यांनी केलं. मी खरोखरच मनापासून त्यांची आभारी आहे. श्री. अविनाश पंडित ह्यांनी ह्या सर्व कथा मनापासून वाचल्या. मला मार्गदर्शन केलं. त्यांचेही आभार. ह्या दोघांच्याही सहकार्याने हे पुस्तक तुमच्यासमोर येत आहे. आशीर्वाद द्यावा.

स्वाती चांदोरकर

अनुक्रमणिका

गोल गोल राणी

गोल गोल राणी, इथे इथे पाणी...!

राणी पाण्यात उभी आहे. तिच्या भोवतीने गोलाकार मैत्रिणी फिरत आहेत. त्या सारख्याच गोल गोल राणी म्हणत आहेत. आणि राणी पाण्याची पातळी पायापासून वर वर दाखवत म्हणत आहे, इथे इथे पाणी...

मी कोंडीत सापडले होते. सगळ्या जणी मला म्हणत होत्या राणी; पण जखडून ठेवलं होतं पाण्यात. साई सुट्ट्यो ऽऽऽ... असं ओरडायचं होतं. त्या पाण्याच्या वाढत जाणाऱ्या पातळीत टाचा, पोटऱ्या, गुडघे हळूहळू बुडत होते. रिंगणाने त्याचा वेग वाढवला होता. खरं तर तेव्हा कलेने राणी व्हायचं होतं; पण तिने स्वत:ची सुटका करून घेतली. अडम्‌तडम् करताना तिने मुद्दामूनच मला अडकवलं होतं. शेवटी मी चिडले आणि डाव अर्धवट टाकून सरळ पळ काढला. भागूबाई म्हणून सगळ्याजणी चिडवायला लागल्या. धावत घरी आले. आईच्या कुशीत शिरावंसं वाटत होतं; पण आईच चिडली होती. कारण काही कळलंच नाही मला. सारखी मलाच ओरडत राहिली. खेळताना मीच काही तरी चिटिंग केली होती, असाच तिचा समज झाला होता. परत खेळायला जायचं नाही, अशी तंबीही मिळाली. मी गोंधळलेली. रडू कुठल्याकुठे पळालं आणि नक्की काय चुकलं, ह्याचाच विचार सुरू झाला. उत्तर मिळालं नाही.

अशी कितीतरी उत्तरं मिळालेली नाहीत. हे असं का होतं?

नाटकात काम करायचंच होतं. मला माहित्ये मी छानच काम करू शकते. मी सगळं संभाषण तोंडपाठ केलं होतं. रिंगेबाईंनी मला आणि

मिनूला नाटकात काम करण्यासाठी संधी दिली होती. दोघींमध्ये स्पर्धा होणार होती. मी जीव तोडून माझ्या वाटणीची वाक्यं पाठ केली होती. मिनूनेही केली होती. एकच भूमिका. आमच्या दोघींत जी सरस ठरेल तिला शाळेच्या गॅदरिंगमधल्या ह्या एकांकिकेत काम करायला मिळणार होतं. रिंगेबाई, शेळकेबाई, फडकेसर समोर बसले होते. आधी त्यांनी मिनूला तिची भूमिका करून दाखवायला सांगितली. तिने छानच केली... आता माझी पाळी होती; पण मला बोलावलंच नाही. मी काय करत्ये, कसं काम करून दाखवत्ये, बघा ना...! पण माझं काम न बघताच मिनूची निवड झाली. मला आपली एक दुय्यम भूमिका द्यायचं ठरलं. खूप वाईट वाटलं. तालीम सुरू झाली. मिनू तिची भूमिका करत होती. माझं वाक्य आलं, पण मी हरवूनच गेले होते. मिनूच्या जागी मी असायला हवे होते, हेच मनात! मी माझं वाक्य म्हटलंच नाही. शेवटी नाटकातून कायमचीच बाहेर फेकले गेले.

इथे माझं काय चुकलं होतं?

गोल गोल राणी, इथे इथे पाणी – गोल गोल राणी...!

आयुष्यातला एक टप्पा संपला. शाळा संपली. कॉलेजविश्व! तशी मी जरा काव्यातच जगणारी. मनाचे भरपूर लाड करणारी. स्वप्नांत हरवणारी! सूर्यापेक्षा चंद्र आवडणारी. रेखाला सूर्य प्रिय होता. म्हणजे वाद घालण्यासाठी वगैरे नाही, तर तिला खरंच सूर्य प्रिय होता. मी पावसाळी दिवसांत उल्हासलेली, तर रेखा सूर्य दिसत नाही म्हणून उदास रहाणारी! ती मला नेहमी सांगायची, अशी सतत स्वप्नांत गुंतून राहू नकोस. स्वप्न म्हणजे निद्रा. निद्रा म्हणजे डोळे मिटलेले. मिटलेल्या डोळ्यांनी तुला खरं जग कसं दिसणार? चंद्र काय? आज आहे तर उद्या गायब! सूर्याचं तसं नाही. चंद्र सर्व अस्पष्ट दाखवतो. सूर्य सर्व स्पष्ट करतो. स्वच्छ सुंदर सूर्यप्रकाशात सर्व जग बघण्यासाठी आपली नजरही स्वच्छ हवी. स्वप्नांत हरवलेली नजर घेऊन तुला काय मिळणार?

आणि तीच रेखा आज एका अंधाऱ्या खोलीत दिवस न् दिवस पलंगाला खिळलेली आहे. पलंगाशेजारी खिडकी आहे. त्यातून एक हातभर आकाशाचा तुकडा दिसतो. बास!

कॉलेजची पिकनिक! गाण्यांच्या भेंड्या, साथीला डफ, झांजा, घुंगरू सगळे तल्लीन. एक जोराचा ब्रेक. त्या हिसक्याने बसचं दार उघडलं गेलं आणि दाराला टेकून उभी असलेली रेखा दाराबाहेर फेकली गेली. मणक्याला जबर मार बसला. कायमचं अपंगत्व आलं. माणसाचं कुठल्याही क्षणी काहीही होऊ शकतं. मी स्वप्नांतून वास्तवात आले. रेखाच्या आजूबाजूला असणाऱ्या

मित्र-मैत्रिणी हळूहळू गायब झाल्या. आता रेखाजवळ राह्यलेत फक्त तिचे आई-वडील; पण तेही किती काळ असे राहतील? मग तिचं पुढे काय?

रेखाला चंद्र आवडायला लागलाय. रात्री एका ठराविक वेळी तो तिला त्या हातभर आकाशाच्या तुकड्यात दिसतो. ती आता स्वप्नं बघते– ती बरी झाल्याची, हिंडायला-फिरायला लागल्याची, अगदी जोडीदाराचीसुद्धा!

जोडीदार! प्रेम! कुठेतरी हरवून जाणं! स्वप्नांतून सत्यात त्या साथीदाराला बोलावणं आणि तो प्रत्यक्षात आला की दिवस न् रात्र त्याच्याभोवती घुमत राहाणं. हे सगळं इतकं सर्वत्र आहे, तरीही प्रत्येक व्यक्तीला ते स्वत:च्या संदर्भात घडायला लागलं की नवीन, असामान्य वाटतं. तसंच माझंही झालं. रेखाला माझा हेवा वाटला का? वाटला असेल तर तिची काही चूक नाही. हे सर्व तिलासुद्धा हवं असणार; पण प्रत्यक्षात मिळत मात्र नाहीये.

आता गोल गोल राणीच्या रिंगणांत ती अडकलीय. तिला साई सुट्ट्यो... ओरडायचंय; पण पाणी वरवर चढत चाललंय.

आप्पांना आकाशबद्दल सांगितलंय. हे एक माझं बरं होतं. लपवून– छपवून काही करायला आवडतच नाही. त्यांची आणि आईची आकाशबद्दल काही हरकतही नाहीये. मी पुन्हा काव्यात जगायला लागल्ये. आकाश, आकाशासारखाच वाटतोय. विशाल! दिवस नुसते धावत आहेत. ह्या गतीची भीती वाटते. कधी कधी खटके उडतात; पण तो स्पीडब्रेकर पार केला की पुन्हा गती... आप्पांनी सांगितलं, ''डायरी लिहायला लाग. जे जे तुला अडखळतंय, जे जे तू अनुभवतेस, लिहून काढ. मोकळं वाटेल. कालांतराने तुझं तूच वाचलंस की चुका कळतील आणि आनंद असेल तर पुन्हा एकदा अनुभवशील. एक लक्षात ठेव. डायरी ही अतिशय खाजगी संपत्ती आहे. कुणालाही वाचायला द्यायची नाही.'' मी लिहायला लागले. तीनचार महिने झाले असतील लिहायला लागून. एक दिवस घरात पाहुणे जमले होते. हास्यविनोद चालले होते आणि अचानक आप्पा आईला म्हणाले, ''तू एक झंपू आहेस. मी चपापले! झंपू? हा शब्द तर माझ्या डायरीतला. मी आप्पांकडे पाहिलं. ते माझ्याकडे एका विलक्षण अर्थाने बघत होते. मी अवाक्! त्या नजरेत मला कुठेही अपराधी भावना दिसली नाही. कुणालाही डायरी वाचायला द्यायची नाही ही त्यांची सूचना. डायरी चोरून वाचलेली चालते? का केलं असं त्यांनी? आयुष्यात प्रत्येक वेळी फार मोठे अपघातच घडायला हवेत असं नाही. हे छोटे छोटे आघातही उद्ध्वस्त करू शकतात. डायरी लिहिणं कायमचं बंद केलं. मनात उगीचच गोल गोल राणीनं फेरा धरला. पाणी

गुडघ्यापर्यंत पोहोचलंय असं वाटायला लागलं.

आकाशची आर्थिक परिस्थिती तशी मध्यमच होती. नोकरी करावी लागणार होती. त्याला अर्थातच माझी तयारी होती. ती तर मला कशीही करून मिळणारच होती. हा काही चुकीचा समज नव्हता माझा माझ्याबद्दलचा तर एक आत्मविश्वास होता. घरासाठी, संसारासाठी आपणही भरभरून मदत करायची. आकाशसारखेच आपणही कष्ट करायचे. दोघांच्या मेहनतीने एक हक्काची वास्तू उभारायची. केवढी स्वप्नं! ह्या स्वप्नांना उघड्या डोळ्यांनी सामोरी गेले. नोकरी लागून जेमतेम सहा-सात महिने झाले असतील, नसतील आई-आप्पांनी लग्नाचा हेका धरला. आकाशला थोडा अवधी हवा होता; पण आई-आप्पांना घाई झाली होती.

लग्न ठरलं. मुलगी सुखात रहावी म्हणून आप्पांनी घर सजवून दिलं आणि मानपानात जरा काटकसर केली. ह्याचा परिणाम? सासर रूसलं. ना धड कुणी बोलेना. ना हसेना! आकाशही असाच? त्याला समजलं नाही एवढं, मानपानात काटकसर का केली? कुठून आणणार आप्पा एवढे पैसे? घर दिलं ना सर्व लावून! अजून किती करणार?

मधुचंद्र! अमावस्याच होती. मानपानावरून रूसलेल्या सासरच्या सावल्या सोबतीला होत्या. पाच दिवसांचा मधुचंद्र दोन दिवसांतच मावळला.

रेशन, भाज्या, धुणी, केरवारे, इस्त्री...

काव्य कुठे शोधू?

कधी जरा अधुनमधून सवड मिळाली की रेखाकडे जात होते. तिला बरं वाटायचं. जरा हसरी व्हायची. तिच्या आईवडिलांनाही बरं वाटायचं. रेखाला त्यांनी कॉम्प्युटर आणून दिला होता. ती त्यात रमायची. जगभराची माहिती गोळा करून ठेवली होती तिने. मलाही जरा नाविन्य मिळायचं. मी निघाले की तिचे आई-वडील दारापर्यंत पोहोचवायला यायचे. त्यांच्या डोळ्यांत पाणी तरळायचं. ते त्यांच्या परीने तिचं सर्व करत होते, पण त्यांच्यानंतर तिचं काय होणार? हा विचार त्यांना छळत राहायचा. मी सांत्वन करायची; पण ते शब्द फोल असायचे. त्यातल्या त्यात समाधान एकच असायचं की तिने स्वत:ला कुठे ना कुठे रमवलंय.

एक नवीन बॉस आला. त्याची सेक्रेटरी म्हणून माझी नेमणूक झाली. त्याची नजर जरा विचित्र होती. त्याने काही कामासाठी बोलावलं की नको वाटायचं. आकाशला मी सांगितलं तसं. तो म्हणाला, "तुझा काही तरी

गैरसमज होत असेल. तो नवीन आहे ना अजून. हळूहळू त्याचा स्वभाव, काम करण्याची पद्धत तुला कळेल. असं पटकन मत बनवू नकोस.'' मी मानलं; पण तरी काहीतरी खटकायचंच. काम करताना मला मोकळं वाटेना. आधीचे साहेब खूप छान होते. उगीचच त्यांची बदली झाली. माझा अंदाज बरोबरच होता. संध्याकाळी अर्जंट लेटर हवं म्हणून त्याने ऑफिस सुटलं होतं तरी थांबायला लावलं. टायपिंग करताना पाठीवर काही तरी हुळहुळलं चमकले. मागे पाहिलं तर साहेब! ''काही नाही, पाठीवर डास बसला होता!'' उठले आणि खाडकन थोबाडीत मारली त्याच्या. पर्स उचलली आणि बाहेर पडले. कसंबसं घर गाठलं. आकाशला सर्व प्रसंग सांगितला. ''बास! एवढ्यावरून तू त्याला मारलंस?'' आता मी खरी अवाक्! आकाशला कळत नाहीये का? ही सुरुवात होती. जर मी विरोध दर्शवला नसता, तर त्यानं मला गृहित धरलं असतं. मला असं वागलेलं चालतं, असा समज त्यानं करून घेतला असता आणि त्या बॉसचं मला चाचपडणं हे बरोबर होतं? त्यात मला चीड येण्यासारखं काहीच नव्हतं?

''तुझी नोकरी जाणार आता.'' माझ्या स्वाभिमानापेक्षा, माझ्या शालीनतेपेक्षा नोकरी महत्त्वाची? हा तोच आकाश आहे, जो माझ्या बाबतीत अतिशय पझेसिव्ह होता? त्या वेळेस त्याला फक्त मी महत्त्वाची वाटत होते; पण आता... 'नोकरी सुटली तर काय करणार आहेस? दुसरी नोकरी मिळेपर्यंतचे दिवस कसे काढायचे? आणि इतकं सोपं आहे का नोकरी मिळणं? उद्या ऑफिसात गेलीस की, झाल्या प्रसंगाची साधी ओळखही देऊ नकोस आणि काय माहीत, डास बसलासुद्धा असेल खरोखरीच!'' हे अतीच झालं होतं. स्वप्ननगरीतून खरोखरच व्यवहाराच्या जगात प्रवेश झाला होता. माझ्या स्वाभिमानापेक्षा पैसा महत्त्वाचा! जिरवावी का ह्याची? नोकरीच सोडून द्यावी. घे जबाबदारी माझी! पुरुषप्रधान समाज आहे ना हा! मग बायकोच्या पैशांवर अवलंबून का आहेस? घे जबादारी माझी - घराची! सोडलीच नोकरी.

आप्पा म्हणाले, ''चूक केलीस. तुला तुझ्यासाठी कमवत राहाणं जरुरीचं आहे.'' नाईलाज झाला. नोकरीची शोधाशोध सुरू झाली. जोपर्यंत नोकरी मिळत नव्हती, तोपर्यंत आकाश ढगाळलेला होता. ते हसणं-हसवणं, गुणगुणणं, ती एक समुद्रावरची आवडती जागा. सुंदर संध्याकाळ - हरवलंच सर्व! एकदाची नोकरी मिळाली. वातावरण निवळलं. आकाश मोकळा झाला; पण मी मात्र जराशी आकसून गेले होते.

व्यवहारी जगाचे दिवस उगवत होते, मावळत होते. चाहूल लागली. हे

मूल हवं का? हवं असलं तरीही होऊ देऊ नये. कारण एकच. आकाश! त्याचं बदललेलं रूप! एकाच्या पगारात मूळ गरजा भागतात, थोडं उंची जगायचं असेल तर दोघं कमवते हवेत, हे मला पटतं; पण कसलीही तडजोड करायची हे पटत नाही. जिथे आकाशने गडगडाट करायला हवा होता, तिथे तो शून्य होऊन बसला. माझा राग ह्या कारणासाठी होता. मी मनाने स्थिर नव्हते. ही नवीन जबाबदारी मी पेलू शकेन? आई चिडली, "इतक्या घाईने मूल कशाला!" आप्पा म्हणाले, "नवीनच नोकरी आहे तुझी. लगेचच रजा कशी मिळेल?" आकाशशी नीट विचारविनिमय हल्ली होतच नाही. आता तो एकच गोष्ट जाणतो– 'अधिकार!' मला इतक्यात मूल नकोय. कारणं सांगितली; पण ती आकाशाच्या पोकळीतच विरली. "हा तुझ्या एकटीचा प्रश्न नाहीये. तू एकटी कुठलाही निर्णय घेऊ शकत नाहीस. माझ्या मतालाही महत्त्व आहे." हा सतत कडाडत का असतो? आईआप्पा माझ्या मताशी सहमत आहेत, पण म्हणून मी त्यांच्याकडे जाऊन राहू शकत नाही! त्यांना का त्रास? लग्न माझ्या पसंतीने, इच्छेने झालंय.

सगळं वजा वजा होत चाललंय. आधी काव्य गेलं. मग स्वप्नं संपली.

व्यवहारही सरळ नव्हता.

गोल गोल राणी, कंबरेपर्यंत पाणी...

शेवटी मनाने एक पक्कं ठरवलं. जोपर्यंत आकाश पूर्वीसारखा होत नाही, तोपर्यंत मौन बाळगायचं. नोकरी चालू होती. डोहाळे फार कडक लागले. खूप त्रास व्हायला लागला. उलट्या करकरून हैराण झाले. नवीन नोकरीत इतक्या रजा कशा मिळणार? मला वरचेवर घरात बघून तो चिडचिडा व्हायला लागला. "इतर सगळ्या बायका अशा अवस्थेत नोकरीवर जातात. माझ्या ऑफिसमध्येही अशा बायका आहेत. तुलाच काय एवढं जगावेगळं होतंय? उद्यापासून ऑफिसला जायला लाग. चांगली आधीची नोकरी असती तर भरपगारी हक्काची सुट्टी मिळाली असती; पण तू म्हणजे शालीनतेचा पुतळाच ना! भोगा आता आणि लाव मलाही भोगायला."

मनाचा निश्चय केला. ना आईकडे गेले ना आप्पांना काही विचारलं. ना सासर गाठलं. गाठलं सरळ खाजगी हॉस्पिटल. गायनॅक डॉक्टर! तिने तपासलं. उशीर झाला नव्हता. अॅबॉर्शन होऊ शकलं असतं; पण मला अॅडमिट व्हायचं नव्हतं. काही वेगळी तोड हवी होती. मी तिचे हात गरम केले. तिने कसल्याशा गोळ्या दिल्या. इंजेक्शन दिलं. तशीच ऑफिसला गेले. त्यानंतर आठवडा लोटला. पंधरा दिवस गेले. उलट्या, चक्कर येणं ह्याने

त्रासलेली मी तशीच नोकरीवर जात राह्यले. वीस दिवस झाले तरी गर्भ पडला नाही. मग पुन्हा त्या डॉक्टरला गाठलं. तिने परत मला तपासलं; पण आता उशीर झाला होता. वंशाचा दिवा...

मुलगा बघून आकाश सुखावला. सासर समाधान पावलं. मला आईची व्याख्या कळली. नको नको म्हणताना जन्मलेल्या ह्या बाळाने मला पाझर फोडला. महिने सरत होते. जसजसा राजू वाढत होता, तसतसा त्या वयातल्या इतर मुलांमधला आणि राजूमधला फरक जाणवायला लागला. राजूची म्हणावी तशी वाढ होत नव्हती. त्याची नजर स्थिर नव्हती. त्याच्या पायात जोर वाटत नव्हता. उपाय चालू होते. हळूहळू कळून चुकलं राजू कायमचा असाच राहणार. आकाश, आकाश फाटल्यासारखा वागू लागला. तो हळूहळू राजूचा द्वेष करू लागला. क्षणात वीज चमकावी तसं झालं. हे तर माझंच कर्म! मीच तयार केलेलं. निर्माता होते मीच. मी हे काय केलं? एक नव्हे तर तीन तीन आयुष्य वेठीला धरली. गोल गोल राणी... छातीपर्यंत पाणी. घुसमटायला होतंय. पाण्याचं वजन जाणवतंय. त्याने फेर धरलाय, रिंगण नुसतं गरागरा फिरतंय. छातीचे ठोके चुकवतंय.

त्या डॉक्टरकडे तरी काय म्हणून जाऊ ? कसला जाब विचारू तिला? त्या गोळ्यांचे, इंजेक्शनचे असे परिणाम होणार, हे तिने मला का नाही सांगितलं? ती तरी का सांगेल? तिने व्यवहार बघितला. आता राजू असा किती काळ जगणार? कसा जगणार? ह्या जीवाची अपराधी मीच. शिक्षा मला मिळायलाच हवी. एकटीला. त्या वेळच्या माझ्या मन:स्थितीला, परिस्थितीला मी कारणीभूत ठरवलं, तर ती एक पळवाट होईल. एकच उपाय. राजूचं सर्व काही मी एकटीने करायचं. आकाश तसाही त्याला टाळतोच. मला नकोच मदत कुणाचीही. आता माझी दुनिया म्हणजे ह्या चार भिंती. समाज नको, नातेवाईक नकोत, कुठलेही समारंभ नकोत. त्या सहानुभूतीच्या नजरा तर नकोतच नकोत.

नोकरी करणं आता केवळ अशक्य होतं. मी बाहेर पडले तर राजूचं काय? घरात राहूनच काही उद्योग करायला हवा. आकाशकडून चक्क कर्ज घेतलं. ब्युटी पार्लरचा कोर्स केला. घरातच पार्लर उघडलं. शेवटच्या खोलीच्या बाल्कनीची एक छोटीशी खोली करून घेतली. राजूला त्या खोलीत ठेवला. आणि मी कंबर कसली. पेपरमधून पॅम्पलेट्स वाटली. हळूहळू जम बसू लागला. हाताखाली दोन मुली ठेवल्या. आकाशचं कर्ज व्याजासहीत पूर्ण फेडलं.

राजूच्या देखभालीसाठी एक घरगडी ठेवला. आयुर्वेदिक उपचार सुरू केले.

असली असली ऑॅईलमेंट्स आणून मसाज करू लागले. त्याच्या खोलीत रंगीबेरंगी पोस्टर्स लावली. प्राण्यांची, पक्ष्यांची, निसर्गाची! तो जरा ठीक दिसत होता. नजरेत ओळखल्याचे भाव यायला लागले. जरा स्थिरस्थावर होते असं वाटतं न् वाटतंय; पण आकाशची भुणभुण सुरू झाली. त्याला धडधाकट मूल हवं होतं. राजू चार वर्षांचा झाला होता. माझी अपराधी भावना सतत डोकं वर काढत होती. त्या छातीपर्यंत आलेल्या पाण्यामध्ये हात मारत मारत मी जगण्याची पराकाष्ठा करत होते. आकाशचा हट्ट त्याच्या दृष्टिकोनातून योग्य होता. मलाही त्याला साथ द्यावीशी वाटली. मी त्याला मनापासून प्रतिसाद दिला. हेही डोहाळे कडकच होते. कसले वास सहन होत नव्हते. आणि एक प्रचंड आश्चर्य! आकाश माझी काळजी घेत होता. "मुली पार्लर सांभाळतील. तू आराम कर." हा तोच आकाश आहे? हेच त्याने जर अगोदर समजून घेतलं असतं तर? राजू आत्ता खेळता-बागडता असता. मी सूड कुणावर उगवला तेव्हा? आकाशवर? माझ्या हतबलतेवर? नाही. त्या सूडाचे आसूड ओढले गेले राजूवर. त्याला तर हेही कळत नाहीये की तो नॉर्मल नाही. काय करून बसले हे? डोळे डबडबले. आकाश म्हणाला, "ह्या अवस्थेत आनंदात राहायला हवं. सगळं छान होईल बघ!"

ठणठणीत धडधाकट मुलाला बघून आकाश हरखून गेला. त्याने खूप आनंद दिला म्हणून त्याचं नावही आनंदच ठेवलं गेलं. आकाश आनंदची मनापासून काळजी घ्यायचा. इतकंच नाही तर तो राजूशीही हसूखेळू लागला. त्याचा दृष्टिकोन बदलला.

मला वेढलेल्या पाण्यानं उसंत घेतली. गोल गोल राणी स्थिरावली.

आनंदला मी सुरुवातीपासूनच राजूच्या सहवासात ठेवलं. वाढवलं. आनंदला आपल्या मोठ्या भावाबद्दल प्रेमाची भावना निर्माण नाही झाली तरी चालेल; पण द्वेषाची, तिरस्काराची भावना निर्माण होता कामा नये, ही काळजी मी घेत होते. कारण राजूचं शरीर वाढत होतं; पण समज वाढत नव्हती. त्याचं वाजवीपेक्षा थोडंसं मोठं डोकं, निर्जीव पाय, जाणवतं एकच. त्याची नजर! त्याला सर्व कळतंय, त्याला काही सांगायचंय, बोलायचंय हे त्याच्या नजरेवरून कळायचं. काही बोलायला गेलाच तो तर तोंडून फक्त आवाज निघायचे. वेडेवाकडे, बेसूर. आनंद खरंच खूपच समजूतदार. तो त्याच्या मित्रमैत्रिणींना घरी घेऊन यायचा. सर्वांना माहीत होतं आनंदचा मोठा भाऊ राजू कसा आहे ते; पण त्यांनीही कधी ह्या कारणाने आनंदची मैत्री तोडली नाही.

हां हां म्हणता वर्षं सरली. आनंद बारावी पास झाला. घरात एकच जल्लोष चालू होता. सगळी पाखरं जमली होती. एक जोरदार पार्टी! आकाशही अगदी मूल झाला होता. राजू तर आनंदाने टाळ्या पिटत होता. मोठ्याने ओरडत होता. त्या शब्दहीन सूरांतून तो त्याचा आनंद व्यक्त करत होता. कितीतरी वर्षांनंतर हे घर हसलं, खेळलं!

'निसर्ग!' एक मोठं कोडं! तो काहीच जाणत नाही. सर्वांना समभावनेने वागवतो. खरं तर त्याने बघायला हवं, त्याला कळायला हवं. समोरच्या व्यक्तीची क्षमता किती आहे? कशी आहे? आहे की नाही?

दुपारची वेळ होती. घरगडी दोन दिवसांच्या रजेवर गेला होता. राजू त्याच्या खोलीत होता. त्याला करमणूक म्हणून टी.व्ही. लावून ठेवला होता. माझ्याकडे कस्टमर्सची गडबड होती. आनंदची मैत्रीण हेअरकटसाठी आली. तिला जरा थांबायला लागणार होतं. माझं आधीच एक काम चालू होतं. ती सहज राजूच्या खोलीत गेली. राजू तिला ओळखत होता. तिलाही राजू चांगलाच माहीत होता. अचानक काय झालं कळलं नाही. ती जोरात किंचाळली. मी धावले आणि हतबद्ध झाले. राजूने एका हाताने तिला घट्ट धरलं होतं. दुसऱ्या हाताने तो तिला नको त्या ठिकाणी चाचपडत होता. मी किंचाळले. 'राजू सोड-सोड तिला.' पण त्याने पकड आणखीनच घट्ट केली. जवळच एक पट्टी पडलेली होती. त्या पट्टीने मी त्याच्या हातांवर सटासट रट्टे काढले. तो विव्हळला. पकड सैल झाली. तिने स्वत:ची सुटका करून घेतली. तिला थांब थांब म्हणेपर्यंत ती निघून गेली. मी राजूकडे रागाने बघितलं. तो केविलवाणा झाला. आपण काहीतरी चूक केली हे त्याला जाणवलं. एक चिडका, रडवा सूर त्याच्या घशातून निघत होता. मघाशी त्याच्या डोळ्यात एकच भाव होता. वासनेचा. संपूर्ण शरीरातील वासना त्याच्या डोळ्यांत उतरली होती. आणि आता तेच डोळे भेदरलेले, सशाचे झालेले.

आनंदला हा प्रकार कळला. कळणार होताच. तरुणपणाचा त्याचा सळसळता राग. कसं आवरणार त्याला? त्याने राजूला अक्षरश: बदडून काढलं.

खूप ठिकाणी फिरले. अशी मुलं एखाद्या आश्रमात वगैरे ठेवून घेतात का चौकशी केली. आकाश परगावीसुद्धा जाऊन आला. चौकशी करून, समक्ष भेटून आला. पण सगळीकडून नकारच मिळाला.

हे असं कसं झालं? मतिमंद मुलांचं काहीतरी होऊ शकतं; पण मतिमंद अपंग मुलांचं काय करायचं? बाकी कुठलीही जाणीव नसणाऱ्या राजूला फक्त वासनेची जाणीव कशी काय? आणि कशासाठी? निसर्गाला एवढं

कसं कळलं नाही? जी माझी अपराधी भावना बोथट झाली होती, ती पुन्हा टोकदार होऊन टोचू लागली.

आनंदचा संसार एव्हाना सुरू व्हायला हवा होता; पण उमद्या, सुरेख आनंदला सर्व ठिकाणाहून नकारच मिळत होता. मी निर्माण केलेल्या राजूच्या नशिबाचे भोग आनंद भोगत होता. आकाश प्रत्येक स्थळाला एकच सांगत होता. 'तुम्ही तुमच्या मुलीची काळजी करू नका. आम्ही त्यांचा वेगळा संसार थाटून देऊ. ते ह्या घरात राहणार नाहीत.' तरी प्रश्न उरायचेच. 'आत्ता तुम्ही आहात म्हणून, पण उद्या तुमचं काही कमीजास्त झालं, तर सर्व जबाबदारी आनंदवर आणि पर्यायाने आमच्या मुलीवरच येणार. त्याचं काय?'

खरं होतं त्यांचं. सर्वांचंच सर्व म्हणणं बरोबर होतं. चूक एकच होती. मी आणि म्हणून राजू.

एका राजूमुळे आनंदचं आयुष्य उद्ध्वस्त करायचं? मला काय अधिकार? आनंद घरात बोलेनासा झाला. घरी जास्त राहिनासा झाला. आकाशही गप्प गप्प असायचा. आवाज एकच होता. राजूच्या चिरकण्याचा! रसच उरला नाही कशात. माझ्या एका अविचारी क्षणाने किती प्रश्न, किती दुःख निर्माण केले. पार्लर बंद करून टाकलं. तास न् तास नुसती बसून राहू लागले. सर्व जीवनपट नजरेसमोरून सरकत राहायचा.

गोल गोल राणी गळ्यापाशी पाणी...

गळ्यापाशी पाणी? सहज राजूकडे नजर गेली. स्थिर झाली. त्याचा शांत झोपी गेलेला देह! हा कायमचा असाच झोपून गेला तर? जगणार आहे तरी किती? तीस वर्षं! बाप रे! आता तर झेपत पण नाही त्याचं शरीर! दोघं-तिघं लागतातच मदतीला. सोसायटीच्या वॉचमनला दादापुता करून बोलवावं लागतं, तेव्हा कुठे त्याला जरा व्हीलचेअरवर बसवता येतं. आकाशचंही वय झालंय. त्याला हा झेपत नाही. घर आजारीच दिसतं. किती वर्षांत घराचं काही काम, डागडूजी केलेली नाही. किती जगणार अजून हा असा? त्याच्या जगण्याचं प्रयोजन काय? एकच - सतत माझ्या चुकीची मला जाणीव करून देत राहाणं. कळली बरं मला माझी चूक. नको असं हिणवूस सारखं. प्रयोजन संपलंय तुझं. आता तुला मरायला हरकत नाही. खूप शिक्षा भोगली मी. तीस वर्षं तोंड गप्प ठेवलंय. तू असा का झालास? हे फक्त तुला सांगत आले. तुला कळलंय ना ते. मग आता घे

निरोप ह्या जगाचा. आनंदला जगू दे. आकाशला जगू दे. राजूऽऽ!

एक विचित्र आवाज -

राजू... हे बघ. उठ. आनंद आज मित्राकडे राहायला गेलाय. तुझा गडीसुद्धा सिनेमाला गेलाय. बाबा अजून दोन दिवसांनी येणार आहेत. बाहेरगावी गेलेत. कऱ्हाडला. तुझी काही सोय होते का बघायला; पण एक सांग, राजू! जे गेल्या तीस वर्षांत केलं नाही, ते मी आता कसं करू? तुझी जबाबदारी पूर्णपणे घेतली. हो ना? मग आता कसं काय तुला झिडकारून टाकू? कुणा दुसऱ्याने तुला का सांभाळायचं? त्यापेक्षा ऐक हं ही उशी. मी अलगद तुझ्या तोंडावर दाबते. तुला त्रास नाही होणार बरं का राजा. हे बघ. होतोय का त्रास? नाही ना? राजू... राजू. झाला का त्रास? त्रास झाला का रे? नाही ना? दार उघडलं. मागच्या मागे लावून घेतलं. वारा थंडगार होता. वाळूही गार होती. पाण्याचा स्पर्शही थंड!

राजूही थंड झाला होता.

बरं वाटत होतं. पावलं पाण्यात, पायाखालची वाळू लाट येऊन घेऊन जात होती.

गोल गोल राणी, इथे इथे पाणी...

आई मी चिटिंग केली नव्हती.

गोल गोल राणी, इथे इथे पाणी...

मी खरंच चांगलं काम केलं असतं नाटकात.

संधी द्या...

गोल गोल राणी...

चोरून का वाचलीत डायरी... मी दिली असती तुम्हाला वाचायला...

गोल गोल राणी...

कुणीही हात टाकावा अंगावर– लाचार होऊ पैशांसाठी?

गोल गोल राणी...

डॉक्टर, गोळ्या, इंजेक्शन...

गोल गोल राणी...

रेखा, तुझं दुःख, तुझ्या आई-वडिलांचं दुःखं...

गोल गोल राणी...

हनुवटी नाक डोळे कपाळ

गोल गोल राणी...

साई ऽ ऽ सुट्ट्यो ऽ ऽ ऽ...

❖

शुभमंगल

'**शु**भमंगल, सावधान...!' अंगावर पडणाऱ्या अक्षता तनमनाला भुरळ पाडत होत्या. मधला अंतरपाट सरला. मी नंदनच्या गळ्यात वरमाला घातली. नंदनने माझ्या! हा क्षण इतकं सौख्य देणारा असतो, हे आधी माहीत नव्हतं. सर्व विधी पार पडले.

मी माप ओलांडून सासरच्या घरात प्रवेश केला. दीड खोली! पण ती हक्काची! खूप छान वाटत होती. खरं तर दिवसभर भल्या मोठ्या हॉलमध्ये वावरले होते. अशा टेचात जणू काही मीच मालक! ह्या भल्या मोठ्या हॉलसमोर ही वास्तू म्हणजे अगदीच किरकोळ वाटते; पण त्या वास्तूला एक रंग आहे, रूप आहे, हॉलची भव्यता कोरडी, शुष्क वाटत होती. इथे ओलावा आहे. म्हणूनच ही दीड खोली भव्य आहे. मला बघायला संपूर्ण चाळ लोटली. चिल्लीपिल्लीच जास्त. वहिनी. नवी वहिनी. नवी काकी. सगळी नवीच! नवी नवरी, नवी सून आणि अशी अचानक मी एकाची अनेकांमध्ये रूपांतरीत झाले.

घराच्या देवांना नमस्कार केला. आशीर्वाद मागितला. मग नंदनचे आप्पा-माई. दोघं वाकलो! माई म्हणाल्या, "आनंदाने रहा हो. घर लहान आहे." मी खालमानेनंच म्हटलं, "मला आवडलंय!" तेवढ्यात कानावर शब्द पडले...

"**क्रियेवीण शब्दज्ञान**
तया न मानिती सज्जन!"

हा तर आप्पांचा आवाज! हा आशीर्वाद की भविष्याची भीती? राहू दे. आपण अगदीच नवीन आहोत. स्वभाव कळायचेत अजून. सहज बोलले

असतील आणि अगदी सहज जरी म्हणाले असले तरी आपण त्यांना दाखवून देऊ आपल्या कृतीतून– 'मला खरंच आवडलंय घर!'

आम्ही हनीमूनला म्हणून माथेरानला आलो. मी जरा अवघडलेलीच होते. गेल्या तीन-चार दिवसांचं ओझं होतं मनावर. आप्पा असं का म्हणाले, हे कुठेतरी मनात तरळत होतंच. मी अगदी धीर करून नंदनला तसं विचारलं, "नंदन, आप्पांना माझ्याबद्दल काही नावडेनासं आहे का? पहिल्या दिवशी नमस्कार करताना ते मला असं का म्हणाले?"

"नीमा, तू आप्पांच्या बोलण्याचं मनाला लावून घेऊ नकोस. ही त्यांची सवय म्हण अथवा खोड म्हण! पण ते जातायेता समर्थांचे श्लोक म्हणत असतात. ते तुला असं उद्देशून काही म्हणाले नाहीत." तरीही मनात श्लोक घोळतच राहिला. त्यांना एखादा चांगला श्लोकही म्हणता आला असता! नंदनने समजूत घातली खरी; पण मनात एक मळभ दाटल्यासारखं उगीचच वाटत राहिलं. धड फुलताही येईना आणि नंदनला मला फुलवताही येईना.

नवलाईचे दिवस संपले. मी नोकरीवर रुजू झाले. नंदन! एक कलाकार! त्याची चित्रं बघत रहावीत अशी. खरं तर मी जेव्हा त्याला होकार दिला, तेव्हा त्याच्या व्यक्तिमत्वापेक्षा त्याच्यातल्या कलाकाराला होकार दिला. प्रत्येक कलाकार स्वतःचे विचार वेगवेगळ्या माध्यमातून मांडत असतो, सांगत असतो. आनंदाचा बहर किंवा वेदनेचा सूर प्रत्येक जण स्वतःच्या कलेतून मांडतो. शब्द, स्वर, सूर, स्पर्श, रंग! मला त्या रंगांनी भुरळ घातली. नंदन निश्चितच त्याच्यातले प्रत्येक भाव रंगांद्वारे कॅनव्हासवर संपूर्णपणे मांडू शकत होता. ते भाव त्या रंगांतून कुणाही सामान्य व्यक्तीला वाचता येतात, हे त्याचं वैशिष्ट्य आहे. नंदन रंगांत गुरफटून जाऊ लागला.

खरं तर ह्या कामासाठी त्याला एक संपूर्ण मोकळी खोली हवी. भरपूर प्रकाश, ताजी हवा देऊ शकेल अशी; पण तो विनातक्रार घरातच काम करायचा. गॅलरीत आप्पांचा मुक्काम. पहिल्या खोलीत पार्टीशन घातलेलं. आत छोटंसं स्वैपाकघर! मागच्या गॅलरीत बाथरूमची सोय. संपलं. आणि आम्ही घरात सात जणं. नणंद-नीलू, तिचे मिस्टर आबा आणि त्यांचा गोड पोरगा, चारच वर्षांचा निरू! मी, नंदन, आप्पा, माई.

जेव्हा हे स्थळ सांगून आलं, तेव्हाच नाना म्हणाले होते, "नीमा, विचार कर. घरात नणदेचं संपूर्ण कुटुंब. शिवाय सासू-सासरे! अशा लहानशा घरात अडचणीत संसार करायला आवडेल?" नंदन दिसला होता डोळ्यांसमोर.

तो चित्रकार आहे, हे स्थळ सुचवणाऱ्यांनी आधीच सांगितलं होतं. मला हे सर्व काही मंजूर होतं. तो तसं काही कमवत नाही, हेही माहीत होतं. तरीही नंदनच आवडला होता म्हटल्यावर बाकी गोष्टी दुय्यम होत्या.

मला नक्की माहीत नव्हतं, की नीलू-आबा त्यांचं घर सोडून इथे राहायला का आले? खरं तर तिचं सासर कोकणात होतं. तिथे आबांचं किराणा मालाचं दुकान होतं. ऐसपैस घर! इन मीन तीन माणसं! नीलूला सासू नव्हतीच. सासरे होते; पण ते स्वतःच्या कामात व्यस्त राहात. एवढं सर्व मोकळं वातावरण, शुद्ध हवा, भरपूर मोकळी जागा सोडून ह्या मुंबईतल्या दीड खोलीत का आले हे? नंदन सांगत होता, ह्या घरात तिचाही वाटा आहे. ती येऊ शकते. मान्य! पण गेली तीन वर्षं इथे राहात आहेत; पण उद्योग मात्र काहीच करत नाहीयेत. ह्यांचा चरितार्थ चालतो कसा? माझे हे सर्व प्रश्न कुणाला विचारण्याची पण सोय नव्हती. नीलू नोकरी शोधत होती. आबा सकाळी बाहेर पडायचे ते रात्री यायचे. दिवसभर कुठे असायचे, काय करायचे, हे मला कधी कळलं नाही.

सकाळ व्हायची ती आप्पांच्या श्लोकांनीच. छान वाटायचं.

प्रभाते मनी राम चिंतीत जावा...
गणाधीश जो ईश सर्वां गुणांचा...

पांढरं शुभ्र धोतर, वर बंडी, चंदनाचा टिळा, गळ्यात रुद्राक्ष! अतिशय धीरगंभीर, देखणं व्यक्तिमत्व! त्यांनी माईंना कशी काय पसंत केली, असा प्रश्न मला नेहमीच पडायचा. माई जरा सावळ्या होत्या; पण त्यांचं राहणीमान एकदम टापटीप. रोज कॉटनची स्टार्च केलेली साडी, मॅचिंग ब्लाऊजच हवा. कपाळावर पन्नास पैशांच्या नाण्याएवढं कुंकू.

आप्पा बी. एम्. सी. हेल्थ डिपार्टमेंटला कामाला होते. ते रिटायर्ड झाले आणि आता शेजारच्याच मेडिकल शॉपमध्ये हिशोबाचं, कॅशियरचं काम करतात. वेळही जातो, चार पैसेही मिळतात.

लग्नानंतरचा पहिला पगार! वाटलं सर्वांसाठी काही ना काही घेऊन जावं. नंदनसाठी पेंटिंग ब्रशचा संपूर्ण सेट घेतला. माईंना, नीलूला साडी घेतली, आबांना चांगला झब्बा घेतला. आप्पांना श्री. रामदासस्वामींचा लॅमिनेट केलेला छानसा फोटो घेतला आणि निरूला शर्टपँट! एक मिठाईचा पुडा. नंदन ब्रश बघून हरखून गेला. त्याच्या डोळ्यांत सप्तरंग तरळल्याचा भास झाला. सर्वांना सर्व वस्तू दिल्या आणि त्यांच्या प्रतिक्रिया यायच्या अगोदरच आप्पांचा श्लोक कानांवर पडला.

“हलवा करता तिळावर जसे
कण चढती पाकाचे
अहंस्फूर्तीच्या केंद्राभोवती
वेष्टन तेवी जडाचे!”

मी ह्या वस्तू आणल्या तो काय माझा अहंभाव होता? मी जरा चिडूनच नंदनकडे बघितलं. त्याने मला डोळ्यांनीच खुणावलं. मी पार्टीशनच्या खोलीत गेले. रंगाचा बेरंग झाला. माईसुद्धा काहीही बोलल्या नाहीत. सर्वसाधारणपणे सुनेला सर्वांत प्रथम जाच होतो तो सासूचा! पण इथे मामला उलटाच होता. नंदन आत आला. मला म्हणाला, “चल-!” मी निमूट बाहेर पडले.

समुद्र! अथांग! मला कायमच आवडणारा. खूप प्रिय असा. त्याची भव्यता, विशालता बघून कायम एकच जाणवत आलंय, ‘आपण किती क्षूद्र आहोत!’ आत्ताही तसंच वाटत होतं. मी एकटक त्या ये-जा करणाऱ्या लाटा बघत राह्यले. नंदनने माझा हात हातात घेतला. मी त्याच्या हातावर थोपटलं.

“मी ठीक आहे.”

“तुला वाईट वाटलंय. मलाही वाईट वाटतंय. मी समजू शकतो.”

“मी खरंच ठीक आहे.”

“तू मोठ्या मनाची आहेस.”

मला हसू आलं. काही तासांपूर्वी माझं रक्त नुसतं तापलं होतं. मनात खूप जोरजोरात बोलत होते. शांत झाले ती हा सागर बघून. सृष्टीचं हे भव्य रूप मला काही ना काही शिकवतच रहातं. मी खरंच अगदी क्षूद्र, सामान्यच आहे. सर्वसाधारण व्यक्ती आहे. कुठलं मोठं मन आणि काय!

घरी आलो. जेवणं व्हायची होती. पटापट कामाला लागले. नीलू, आबा, आप्पा, माई जेवायला बसले. फोल्डिंग डायनिंग टेबल. एका वेळेस चौघंच बसू शकतात. नंदनला हातात ताट दिलं. मी वाढत होते. नंदन म्हणाला,

“तू ही घे तुझं पान.”

“दादा, तू जेव. ती घेईल नंतर तिचं. आधी निदान माई, आप्पांना तर वाढू देत. तसंही काहीच करावं लागत नाही तिला. नशीबवान आहे. तयार जेवण मिळतं. वाढण्याचं पुण्य तिला मिळायला नको?”

कळत होतं सर्वच. नीलूला जेवण करायला लागायचं, त्याचा तिला राग होता. माझाही नाईलाजच होता. तरी सकाळची पोळीभाजी करत होते. ऑफिसमधून घरी परतायलाच मुळी साडेआठ-नऊ व्हायचे. मग कधी करणार जेवण? मग माझ्याकडून मदत व्हावी म्हणून पानं घेणं, जेवण वाढणं,

मागचं सर्व आवरणं, भांडी घासणं, हे करतच होते. आपलं घर, आपली माणसं, जितकं करता येईल तेवढं करायचं; पण त्यांनी मला आपली मानलं का?

"सुषमा, मी काय करू? हेच कळत नाहीये. कशी वागू? कसंही वागलं तरी घरातल्यांचं समाधान होत नाही."

"ही सुरुवातच आहे तुझी."

"कसली सुरुवात? हां हां म्हणता वर्ष झालं लग्नाला. सकाळपासून रात्रीपर्यंत तेच आयुष्य! नंदन काही बोलू शकत नाही; कारण म्हणावं तसं त्याचं काही उत्पन्न नाही. पैसा नाही, म्हणून घरात वजन नाही, गंमत अशी की आबांची परिस्थिती नंदनपेक्षा बिकट आहे; पण जावई म्हणून त्यांना मान द्यायलाच पाहिजे. आप्पांच्या पैशात घर कसं चालणार? तेही त्यांच्या पगारातले निम्मेच घरात देतात. पेन्शन मिळते, हे एक बरं आहे. नंदन अजून स्ट्रगलच करतोय; पण आता हळूहळू त्याची स्वतःची अशी ओळख त्याच्या क्षेत्रात तयार होतेय. राहता राहिला माझा पगार. कुणी मागत नाही. पण जर एखाद महिना कमी पैसे घरात दिले तर लगेचच श्लोक सुरू होतात.

जगण्याची ही मोहक माला
सुखदुःखांचा गोफ गुंफिला
ऐकामागून दुसरे येते
मनांस आशा लावून जाते!''

हे असं काहीतरी ऐकावं लागतं."

"नीमा…"

"राग नाही ग येत; पण वाटतं, जे काही तुम्हाला मला बोलायचं असेल ते सरळ सरळ बोला ना! मी ऐकेन. उलट उत्तर नाही करणार. श्रीरामदासांनी तर असं काहीच सांगितलेलं नाही. त्या श्लोकांचा भावार्थ बघायला नको का?"

"असते सवय एकेकाची."

"नंदनही हेच म्हणतो. सवय असते, असू दे; पण श्लोक पूर्ण तर करा. पहिल्या दोनचार ओळी म्हणायच्या आणि नंतरच्या न बोलताच सोडून द्यायच्या."

"श्लोक पूर्ण कसे करतील ते?"

"का नाही?"

"अग, उर्वरित श्लोकाचा भाग हा पूर्वरित भागाचं उत्तर असेल तर

त्यांना तो श्लोक पूर्ण करावासा वाटेल का?''

"खरं आहे तुझं. ऐक सांगते, सुषमा तुला, घरात आनंद देणाऱ्या दोनच गोष्टी आहेत. एक नंदन, त्यांचं रंगांत न्हाऊन निघणं आणि दुसरं म्हणजे निरू! ते छोटंसं पिल्लू. इतका लळा आहे ना मला त्याचा आणि त्यालाही माझा. ही दोनच माणसं आहेत ज्यांचे चेहरे मी घरी गेले की फुलतात. ऑफिसमधलं आपलं काम, कटकट, जबाबदाऱ्या कधी फायरिंग आणि ट्रेनचा प्रवास ही सर्व यातायात आनंदाने करते ती केवळ ह्या दोघांसाठी!''

"एक विचारू?''

"विचार ना!''

"नंदनचं नक्की काय चाललंय?''

"पेंटिंग्ज!''

"पण पुढे काय?''

"जहांगीरला प्रदर्शन भरवायचं आहे. सर्वांना आमंत्रणं पाठवायची आहेत. एक सोहळाच करायचा आहे.''

"त्यापुढे?''

"तू असं पुढे-पुढे का विचारत बसल्येस?''

"हे बघ! मला कला कळते. कलेसाठी ध्यास घेतलेला कलावंत कळतो. कलेचा व्यापार करावा असं माझं म्हणणं नाही; पण एक सांग, संसार, घराच्या जबाबदाऱ्या म्हणून काही असतं ना? पार पाडायला नको?''

"तू रोख कमाईबद्दल म्हणतेस.''

"अर्थातच. कलावंत, कलावंत, असं कितीही म्हटलं तरी दैनंदिन जीवनातल्या गरजा असतातच ज्या पूर्ण व्हाव्याच लागतात. त्यासाठी हमखास उत्पन्न हवं.''

"मी आहे ना. नंदनला ती काळजी करण्याचं कारण नाही. त्यानं त्याच्या कलेत प्रावीण्य मिळवावं, यश मिळवावं, त्याचं नाव व्हावं, प्रसिद्धी मिळावी. व्यवहारासाठी मी आहे आणि तुला एक सांगू का? नंदनला प्रसिद्धीची हाव नाही. तो कलेशी तडजोड करूच शकत नाही आणि त्याने तसंच राहावं. ही जी इच्छा आहे ना, त्याच्या 'प्रसिद्धीची' ती माझी आहे. मला त्याला उंच बघायचंय आणि म्हणूनच त्याने तसंच राहावं, जसा तो आहे.''

थकूनभागून घरी पोहोचले. वातावरण नेहमीचंच होतं. नंदन कुठे बाहेर गेला होता. नीरू मला येऊन बिलगला.

"मामी.''

"बोल बेटा."

"माझं चॉकलेट?"

"आज राह्यलं आणायचं. आज खूप थकल्ये म्हणून स्टेशनवरनं बसने आले. चॉकलेट राह्यलं."

"असू देत. तू दमली? मी पाय चेपू?"

"नको रे राजा-"

"नाही. तू चल, मी चेपणार."

"नशीबवान आहेस हो वहिनी! गधड्याला आजच म्हणत होते, केरवारे करून हात दुखतात माझे, जरा चेपून दे, तर सरळ नाही म्हणाला."

"निरू, तू असं केलं?"

"हो, मामी, राग आला होता मला."

"कसला?"

"तू मला शर्टपँट आणला होतास ना, ममीने तो देऊन टाकला."

"कुणाला?"

"अग वहिनी, त्याचं काय झालं..."

"राहू दे. जा राजा, खेळ. मी उद्या चॉकलेट नक्की आणेन हं!"

नीरूची समजूत घातली. सहजच माईंना विचारलं,

"माई, आपण घरकामाकरता बाई ठेवू या का?"

"कशाला? अजून एक खर्च वाढायला!"

"पण सगळ्यांनाच त्रास होतोय. आपण देऊ तिला पगार."

"आपण, म्हणजे तूच देणार ना वहिनी?"

"मी वेगळी आहे का कुणी परकी?"

"पगार तर तुझा तुझ्याजवळच असतो. जेवढा घरात देतेस, त्या पैशांत बाई परवडणारी नाही." इति माई.

"आपण काटकसर करू."

"कशात करणार?"

"चला. आज सर्व मिळून बसू रात्री. घरात येणारी आवक मोजू. त्यावरून कुठल्या गोष्टींत अनावश्यक खर्च होतोय ते बघू. हिशोब मांडू. काही कठीण पडणार नाही."

"वहिनी, म्हणजे तुझा रोख...?"

"कुणावरही नाही."

"मी, आबा काही कमवत नाही हे हिशोब मांडून सिद्ध करायचं आहे तुला?"

"आम्हाला आमची लेक-जावई जड नाही हो!"

"मी सांगण्याचा प्रयत्न काय करते आणि तुम्ही विषय काय काढताय?"

"हाच विषय आहे तुझा. आम्ही बेकार आहोत आणि तू कमवत्येस! हेच आडून आडून सांगायचंय तुला."

"नाही हो, तसं नाही काही. उलट एक बाई ठेवू घरकामाला, म्हणजे तुमचा त्रास कमी होईल, असं सांगायचंय मला."

"तू सर्व पगार तुझ्याचकडे ठेवणार आहेस ना तुझा?"

"माई, पगारांतले फक्त दीड हजार असतात माझ्याकडे. एक हजार रिकरिंग डिपॉझिटमध्ये जातात. पाचशेत माझा महिना घालवते मी. जाणं-येणं, कधी काही गोडधोड घरात आणता यावं. औषधं. नंदनचे रंग! बास! उरलेले सर्वच तर तुम्हाला देते घरात."

"त्या रिकरिंगची काय गरज?"

"आहे ना! साठवणूक होते आपोआप. पुढे मोठं घर घेऊ. सगळे आनंदात राहू."

"ह्या घरात अडचण होते का तुला आमची! माई, आम्ही बघतो आमचं दुसरीकडे कुठे."

"अर्थाचा अनर्थ होतोय हा."

"अर्थाचा अनर्थ वगैरे काही नाही. बरोबरच बोलत्ये मी. तुम्हाला आमचीच अडचण होत्ये."

"माई, सांगा ना हिला!"

"काय सांगू? तुला उद्या आम्हां म्हाताऱ्यांचीही अडचण होईल!"

"मला अडचण? तीही तुम्हां सर्वांची?"

> **"मना सज्जना एक जीवीं धरावे**
> **जनीं आपुले हीत तुवां करावे...।।**

आप्पा कधी आले? काय काय ऐकलं ह्यांनी? आप्पा पुढला चरणही म्हणा ना...

> **"रघुनायकावीण बोलो नको हो**
> **सदा मानसीं तो निजध्यास राहो ।।**

'मी माझं हित बघत्ये का? नाही. मी आपल्या सर्वांचं हित बघत्ये. आणि हे हित बघता बघताच मला रघुनायकाबरोबरही राहायचं आहे.'

कितीही आक्रोश केला तरी ह्या चार मनांपर्यंत मी पोहोचू शकत नाही. आता खरं तर मलाच ह्या गोष्टींची सवय व्हायला हवी होती. म्हणता म्हणता चार-साडेचार वर्षं सरली. ह्यांचे स्वभाव कळले; पण त्यांच्यापर्यंत माझे भाव पोहोचत नाहीत. नंदनचं जेव्हा चित्र पूर्ण होतं, तेव्हा तो त्या चित्रावर मोठा बटर पेपर लावतो, तसं झालंय. हा बटर पेपर माझ्या आणि त्यांच्यामध्ये लागला गेलाय. अस्पष्ट दिसतं त्यातून सगळं आणि समज-गैरसमजांची मालिकाच सुरू राहते. टी. व्ही.वरल्या न संपणाऱ्या मालिकांसारखी!

खरं तर आता पाळणा हलायला हवा होता. किती दिवस, महिने वाट बघत्ये. निराशा पदरी पडत्ये. नंदनला पण सुचवून झालं; पण तो त्याच्या प्रदर्शनाच्या तयारीत होता. डॉक्टरांकडे यायला त्याला सध्या तरी फुरसत नव्हती. इतकी वर्षं सरली त्यात अजून काही महिने!

प्रदर्शन? नव्हे - एक रंगीबेरंगी सोहळा! सुगंधाचा दरवळ, उंची, साड्यांची सळसळ, फ्लॅश लाईटस्, मधूर हास्य आणि त्यात अवघडलेला नंदन! सर्व वर्तमानपत्रांतून नंदनवर स्तुतीचा वर्षाव होत होता. मी नुसती फुलून आले होते. त्याचं यश माझ्या मनात, डोळ्यांत मावत नव्हतं. नानांना, नानीला अभिमान वाटला जावयाचा! कौतुक वाटलं माझं! नुसता आनंद!

''मी कर्ता म्हणीसी । तेणे तू कष्टी होसी''

'कळलं आप्पा मला! पण हा कर्ता ना तुम्ही ना मी. तो तर नंदन! तुमचा नंदन. जरा बघा त्याला नीट. स्वच्छ डोळ्यांनी, मनाने! त्याच्या चित्रात तुम्हाला श्रीरामदास भेटतील, स्वामी समर्थ भेटतील, तो निराकार निर्गुण भेटेल. एकदा बघा तरी...'

आनंदाच्या लहरींवर तरंगणाऱ्यांना धाडकन जमिनीवर कसं आपटायचं, तेही अगदी गोड गोड बोलून हे ह्या सर्वांकडून शिकायला हवं. हीसुद्धा एक कला आहे. प्रदर्शनाचा सोहळा संपून आज पंधरा दिवस झाले. धुलिवंदन ते शिवजयंती लागून चार दिवस रजा मिळाली. नंदनला म्हटलं, "आपण दोघं चार दिवस कुठे बाहेरगावी जाऊ. तेवढाच जरा चेंज!" तोही लगेच तयार झाला. कधी नव्हे ते माईंना आपणहून त्याने सांगितलं,

"माई, मी आणि नीमा चार दिवस जरा फिरून येतो. माझं प्रदर्शनानिमित्त अखंड काम चालू होतं आणि हिचं ऑफिस! सुट्टी आहे तिला तर येतो फिरून...!"

"तू भ्रमतासि वाया. तू भ्रमतासि वाया..."

नंदनने मला खूण केली. मी सरळ गॅलरीत कोपऱ्यात जाऊन उभी राह्यले. मला आप्पांची दया आली. त्यांचं ना कुठे जाणं ना येणं. सबंध दिवस औषधांच्या वासात! येणारं गिऱ्हाईक, आजारी तरी नाहीतर चिंताक्रांत तरी! ते तरी काय करणार!

पण मी तरी काय करू? मला आता मुलाची आस लागल्ये. ह्या घरात एकांत असा मिळणं शक्यच नाही. जरा आवाज झाला तर लाज वाटते, अजूनही फुलताच येत नाही. एकदाच, पण जायलाच हवं. मूल हवंय मला माझं!

तू भ्रमतासि वाया – आशीर्वाद खरा ठरला. मला नाहीच दिवस राहिले. सुषमाच्या ओळखीने एका डॉक्टरांकडे गेलो. तपासणी झाली. रिपोर्टस् मिळाले.

"नंदन, तू गंभीर का?"

"नीमा... मी काय बोलू?"

"नको बोलूस. पण हसू तर शकतोस!"

"कसा?"

"लाफिंग बुद्धासारखा!"

"हॅपी मॅनच तसे हसू शकतात."

"आपण आनंदात आहोतच."

"तू आनंदात आहेस? तुला कधीच माझ्यापासून मूल होणार नाहीये हे कळूनही?"

"हो."

"कशी?"

"त्यात अवघड काय आहे?"

"कुणी शिकवलं तुला हे सर्व इतकं शांतपणे स्वीकारायला!"

"तुझ्या आप्पांनी! कसं, सांगू? आप्पा दिवसभर समर्थांचे मनाचे श्लोक म्हणत असतात. मी श्लोक कधीच म्हटले नाहीत, पण त्यातला अर्थ मात्र म्हटला, माझ्यापाशीच! त्यांची सवय, प्रसंगानुसार श्लोक म्हणायची! जो भाव समर्थांना अपेक्षित होता त्याच्या विरुद्ध भाव ते मनात धरून श्लोक म्हणतात. हरकत नाही; पण पूर्वार्ध ऐकल्यानंतर उत्तरार्ध मी पुस्तकातून वाचत राहिले. त्यापुढे दिलेलं निरूपण वाचत राहिले. आप्पांनी त्यांच्या नकळत माझ्यावर संस्कार केले. बस-वाच आणि मनन कर असं कुणी सांगितलं तरीही जे होणार नाही, ते आप्पांनी माझ्यासाठी, माझ्याकडून करवून घेतलं. सुरुवातीसुरुवातीला चीड यायची. पण नंतर उत्सुकता निर्माण झाली.

त्यांनी सुरू करून दिलेला श्लोक मी पुस्तकातून पूर्ण करू लागले. अर्थ समजत गेला. मग एक खेळच झाला तो. कधी चुकून श्लोक कानांवर पडले नाहीत तर चुकल्या चुकल्यासारखं वाटायला लागलं. ते टोमणे न वाटता वरदान वाटायला लागलं. तू छान रहा. माझी काळजी करू नकोस. आपल्याला मूल होणार नाही, ही वस्तुस्थिती आहे. एकच सांग, माझ्यात दोष असता तर तू काय केलं असतंस?''

नंदन गुदमरत होता. माझ्या प्रश्नांचं उत्तर देण्याऐवजी तो लहान मुलासारखा हमसाहमशी रडू लागला. मी त्याला समजावत राहिले; पण मग मलाही स्वत:ला आवरेना. दोघांनी समुद्राच्या साक्षीनं मनसोक्त रडून घेतलं. एकमेकांना मूकपणानेच वचन दिलं. ह्या विषयाची पुन्हा कधीही वाच्यता होणार नाही.

आम्ही भले ठरवलं 'वाच्यता होणार नाही?' पण घर शांत का बसणार आहे? श्लोकांचं प्रमाण वाढलं, माई निरूचे जरा जास्तच लाड करू लागल्या. आडून आडून चौकशांना सुरुवात झाली. नातवाची आस लागली. घराणं पुढे चालायला हवं ना! मी प्रयत्नपूर्वक दुर्लक्ष करू लागले. मी माझी सहनशक्ती वाढवणं आवश्यकच होतं. नाहीतर नंदन दुखावला गेला असता. किती दिवसांत त्याने ब्रशला हात लावला नव्हता. त्याला आधी कामाला लावणं आवश्यक होतं.

''पुन्हा घडी बसायला हवी. हार मानून चालणार नाही. का एवढा त्रास करून घेतोस? निरू आहे ना आपलाच!''

''आहे. पण तो कितीही झालं तरी आबांचा.''

''त्याचं पालनपोषण तर आपण करतो आहोत,हे समाधान खूप मोठं आहे.''

''पण तुला सर्वजणं अधूनमधून मुलावरून टोचत असतात.''

''हे बघ नंदन! कुठलंही युग चालू असो. हे प्रत्येक युगातल्या स्त्रीच्या नशिबी असतं, जिला मूल नाही. प्रगती, उदार मन, उदात्त विचार हे कायम आपल्या उंबरठ्याबाहेर. हीच तर मानसिकता आहे सर्वांची वर्षानुवर्षं! तू तुझ्या कामाला लाग. किती ठिकाणांहून तुझ्या चित्रांसाठी मागण्या येत आहेत. सुरुवात कर!''

ऑफिसमध्ये आले; पण आज जरा सूर बेसूरच झाला होता. सुषमाला माझ्यातला फरक जाणवला. लंच अवर्समध्ये तिने टोकलंच.

''काय झालंय!''

''नेहमीचंच!''

''मूल?''

''नाही. नीरू.''

''त्याचं काय?''

"मी त्याला प्रेम केलेलं आवडेनासं झालंय हल्ली घरात. त्याला मी जवळ घेतलं रे घेतलं की नीलू त्याला हाक मारते, बोलावून घेते. आज तर तिने कहरच केला. मी त्याच्या ॲडमिशनसाठी शाळेचा फॉर्म आणला होता. तिच्याकडे भरायला दिला. तिने काय करावं? सरळ फाडून फेकून दिला. म्हणाली, "मला जास्त काळजी आहे त्याच्या शिक्षणाची. आई आहे मी त्याची. आईशिवाय मुलाची चिंता इतर कुणाला असणं शक्य आहे का? तुला सांगू सुषमा, सर्व मनाचे श्लोक एखादी मण्याची माळ तुटावी आणि मोती घरंगळून जावेत ना तसे मनातून घरंगळून गेले. त्या श्लोकांची जागा रागाने घेतली. कधी नव्हे ती नीलूला बोलले, 'एवढं समजतं तर काही उत्पन्नाचं, कामधामाचं बघायला नको का?" चप्पल अडकवली पायांत आणि आले निघून!'

आज घरात वेगळंच स्वागत होणार हे मी जाणूनच होते.

कोमल वाणी दे रे राम ।
विमल करणी दे रे राम ।।

'कुणाला? मला? हो. मलाच किंवा रामा, असं कर ना - आप्पा सांगतात की मला कोमल वाणी दे. मी असं सांगते तुला, मला वाणीच नको. मग सर्व प्रश्नच संपतील. घर शांत शांत. नंदन कोपऱ्यात काही वाचत बसलेला. स्वयंपाकघरात उगीचच ताटंवाट्यांची आपटाआपटी चालू होती. मी निरूला निमूटपणे चॉकलेट दिलं आणि हातपाय धुऊन जेवणाची तयारी करायला लागले.

"राहू दे. मी वाढते."

"मी वाढते ना. बसा तुम्ही सगळे."

"नको. थकली असशील ना!"

"रोजच्या सारखीच तर आहे आज!"

"तरीही नको."

"नंदन, सांग ना तू तरी."

नंदन गप्प. मला आश्चर्य वाटलं. मी त्याच्या हातातलं पुस्तक काढून घेतलं. नीरू रडायला लागला म्हणून वळून बघितलं. नीलूने चॉकलेट हिसकावून घेतलं होतं त्याच्या हातातलं.

"हे सर्व काय चाललंय?"

"नाही त्या सवयी लावू नकोस पोराला. आम्ही दोघं कमवते नाहीहोत त्याचे हे लाड पुरवायला."

"नीलू, म्हणून तुला मी पूर्वीपासून सांगत आलोय. तू कमवतं असायला हवंस. काय आहे, बायकांनी नोकरी करावी की करू नये, ह्या विषयांवर बऱ्याच चर्चा होत असतात; पण कुणालाही ह्या चर्चेचा कायमचा शेवट झालाय आणि एकच पक्कं उत्तर मिळालंय, असं झालेलं नाही. मलाही तोच प्रश्न आहे. मुलगी कमवत नाही म्हणून मी चिंतातूर आणि सून कमवते म्हणूनही चिंतातूर!"

"हो ना! नीलूला काही तरी करायलाच हवं आता. आबांचा कुठे जम बसत नाही. आज कुठे नोकरीवर जातात तर उद्या घरात असतात. नीलू, तू तरी काही मनावर घे आता. तुझ्या मुलाच्या बाबतीत तूच निर्णय घेऊ शकशील म्हणजे! हा नंदन तर पुरा तिच्या आहारी गेलाय. त्याला बोलून काही होणार नाही. कसं असतं ना, इतकं मोठं करायचं मुलाला आणि एक दिवस हवाली करायचं सुनेच्या. असंच असतं हो!"

"तर नीलू, सुकाणू स्वतःच्या हातात हवं तर पैसा कमव. तुझे निर्णय तू घे. निरूला सांभाळ."

"आप्पा, मी प्रयत्न करत्ये ना! पण यशच येत नाही."

"अग बाळ, अशी हताश का होतेस? मी आहे तुझ्या पाठीशी. नीरू माझा आहे. एकच तर नातवंड आहे मला. काय ग? एवढी कर्तबगार सून आहेस ना, तर मग तुझी ओटी अजून रिकामी का?"

"माई, हे माझ्या हातात आहे?"

"वंश वाढणार नाही माझा, तर उपयोग काय?"

"आप्पा, उशिराने मुलं होणाऱ्या बायका आहेत."

"मग, आम्ही काय वाट बघत राह्यचं?"

"मीसुद्धा... बघतेच आहे."

"बस बघत. पण खबरदार निरूला हात लावलास तर वहिनी! मला नको तुझं काहीसुद्धा! तुझ्यासारखीच्या हातचं नको काही!"

"नीलू, हे तू बोलत्येस?"

"हो मीच. तुझी नजर लागेल नीरूला."

"अग, माझी का नजर लागेल त्याला? प्रेम करते मी त्याच्यावर!"

"तुला अजून मूल नाही. निरूला फितवलंस तर? नको ग बाई."

"नीलू, शांत हो. एकदम शांत व्हा दोघी. मी एक सांगतो. एकाच घरात राहून नीलू तू म्हणत्येस तसं होणार नाही. नंदनने नीमाला घेऊन दुसरं बिऱ्हाड करावं. आम्ही राहू आमच्या लेकी-नातवाबरोबर! काय आहे, की दुकानात मी बसलेला असतो. परिचयाचे अनेक जण भेटतात. चौकशी

करतात. काय उत्तर द्यावं कळत नाही. त्यापेक्षा तुम्ही नजरेआड असलात तर मलाही सांगावं लागणार नाही काही कारण. मग चौकशाच होणार नाहीत. नंदन, तू तुझं बघ! आणि ह्या तुझ्या सौं.ना बरोबर घेऊन जा.''

जनी सांगता ऐकतां जन्म गेला
परी वादवेवाद तैसा चि ठेला
उठे संशयो वाद हा दंभधारी
तुटे वाद-संवाद तो हितकारी ।।

'आप्पांनी नेहमीच्या सवयीने श्लोक ऐकवलाच. मी नीमाकडे बघितलं. ती कोपऱ्यात केविलवाणी होऊन बसली होती. अतिशय दुखऱ्या नजरेनं तिनं एकदाच माझ्याकडे बघितलं आणि मान खाली घातली. त्याही परिस्थितीत मला आप्पांचं कौतुक वाटलं. किती चपखल श्लोक! हा माणूस जर खरोखरच श्रीरामदासांच्या सांगण्याप्रमाणे वागला असता तर मी अगदी 'बोले तैसा चाले, त्याची वंदावी पाऊले' असाच त्यांच्याशी मनाने लीन झालो असतो. लहानपणापासून ऐकतोय हे सर्व; आजतागायत चालू आहे! पण परिस्थिती जैसे थे! काय उपयोग? काय उपयोग आणि माझासुद्धा! मला कळतंय, हे नीमावर होणारे आरोप खोटे आहेत. ती जे जे काही करत आहे, ते सर्व मनांपासून करत आहे. माझ्या हातातल्या ब्रशमध्ये नीमाचा स्पर्श आहे. कॅनव्हासला तिचा सुगंध आहे, रंगांना तिचा स्वर आहे. चित्र पूर्ण होतं ते तिच्या वात्सल्याने! मी काय दिलंय तिला? घर? नाही. पैसा? नाही. मातृत्व? नाही. ते तर नाहीच नाही. मग हे सर्व आरोप ती का सहन करत्ये? माझ्यासाठी? ती बोलत नाहीये, तर निदान मी बोलायला हवं. ओरडून ओरडून सांगायला हवं, 'नीमा आई बनू शकते, पण मी, मी बाप नाही बनू शकत!' ही वेदना मला आतून पोखरत्ये. घुसमट होत्ये; पण मी बोलत का नाहीये? बोल नंदन - बोल.'

''माई, आप्पा...''

नीमाने चमकून माझ्याकडे बघितलं. तिची नजर अजूनच बापूडवाणी झाली. मी कसंबसं वाक्य पूर्ण केलं.

''तुम्ही सांगत आहात, तर आम्ही जातो घर सोडून...''

'नीमा हमसाहमशी रडायला लागली. मला हे सर्व सहन होत नाहीये. फुटून जातोय. काय हा अहंकार! काय हा पुरुषत्वाचा आविष्कार! किती तरी 'स्व' घेऊन फिरतोय मी, हे पहिल्यांदाच कळलं. आत्ता कधीच कॅनव्हास रंगणार नाही. ब्रश तुटून गेलेत. रंग सगळे शुष्क झालेत. माझ्या पुरुषी

अहंकारापुढे माझ्यातला चित्रकार हरवून गेला. नीमा, मी अपराधी आहे तुझा. पण तोही मनातल्या मनातच. नाही माझं मन मोठं – मान्य करण्याइतपत. सुटका हवी ह्यातून... कसंही करून...

जगण्याची ही मोहक माला
सुखदुःखाचा गोफ गुंफला
एकामागून दुसरे येते
मनांस आशा लावून जाते ।।
एकाचा कां कधी गोफ बनतो
दुःखाविण ना प्रपंच होतो
सरली आशा, सरले जीवन
पदर न सुटती राहिला गोफ ।।

ऋणानुबंध

गुरुपौर्णिमेचा मुहूर्त गाठून नवीन गाडीची डिलिव्हरी घेतली. थेट सिद्धीविनायक मंदिरात आलो. मंदिरातले भटजी तबक घेऊन आले. मी आणि उमाने त्यांच्या मार्गदर्शनाखाली पूजा केली. पूर्वीच्या हस्ते नारळ फोडला. अमेयने हार घातला. पेढे वाटले. ही आमची आठवी गाडी. झकासच! सगळे खूष होतो.

नवीन गाडीचं जे सुख असतं ते सेकंड हँड गाडीत नाही. गाडी इतकी स्मूथ होती की हवेत तरंगल्यासारखं वाटत होतं. सांताक्रूझ सिग्नलला गाडी थांबली. आमची गाडीबद्दलच चर्चा चालू होती. तेवढ्यात एक फाटक्या अंगाचा, दाढी वाढलेला, फाटकी तोकडी पँट आणि मळका शर्ट घातलेला एक भिकारी हातात तितकंच मळकं, गलिच्छ फडकं घेऊन गाडीच्या काचा पुसायला लागला. उमा चिडली. आत्ताच शोरूममधून बाहेर काढलेली गाडी, झुपकेदार हार घातलेली, त्यावर तो भिकारी कळकट फडकं फिरवत होता. तिचा आवडता निळा रंग. रस्त्यावरच्या लँपच्या प्रकाशाने झळकत होता. त्या भिकाऱ्याचा सर्व अवतार बघून तिला त्याचा गाडीला होणारा स्पर्श आवडत नव्हता.

"त्याला सांगा ना, आमची गाडी स्वच्छच आहे म्हणून!"

"हो पपा, कशाला गाडी पुसायला हवीय?"

मी एअर कंडिशनर बंद केला. बटण दाबून काच उघडली.

"ए... सुनो. हटो!"

"प्लीज्, सर! लेट मी डू द जॉब!"

"अय्या, आई, तो तर इंग्लिश बोलतोय!" पूर्वीचं आश्चर्य!

"डोंट टच् द कार!" मी जरा गुरगुरलो. तो माझ्याकडे वळला. खिडकीच्या अगदी जवळ आला. वाकून बोलू लागला! हातभट्टीचा वास आला.

"प्लीज! आय बेग यू! हेल्प मी. आय वाँट सम मनी! बट नॉट जस्ट लाईक दॅट! आय वाँट टू वर्क. सो, लेट मी डू! यूवर कार इज नाईस. न्यू ब्रँड! काँग्रॅच्युलेशन्स!"

मी का कुणास ठाऊक त्याच्याकडे जरा बारकाईने बघायला लागलो. काही धागेदोरे जुळत आहेत असं वाटलं. काही विचारे विचारेपर्यंत सिग्नल संपला. इतर गाड्यांचे हॉर्न्स वाजू लागले. पटली ओळख; पण त्याने मला कसं ओळखलं नाही!

"अहो, चला ना... एवढं काय बघताय त्याच्याकडे?"

मी पाकीट काढलं. पाचशेची एक नोट त्याच्या हातावर ठेवली. त्याचे डोळे चमकले. हॅलोजन बल्बसारखे.

"थँक्यू!"

मी काच वर केली. गाडी सुसाट सोडली. ज्या गतीने गाडी पुढे चालली होती, त्याच गतीने मी मागे चाललो होतो, भूतकाळात!

मध्यम वर्गीयांची कॉलनी. अगदी पै पै साठवून, कष्टाने घेतलेली घरं! अगदी चाळीतल्यासारखं वातावरण असलेली कॉलनी! एका घरी काही गोडधोड केलं की ते शेजारी पोहोचणारच. तशीच भांडणंही पोचायची एका दारातून दुसऱ्या दारात! पण सर्व छान होतं वातावरण कॉलनीतलं.

विजाकाका, माझा शेजारी! तसा काका म्हणण्याच्या वयाचा तो नव्हता. असेल तीस-बत्तीसचा. मी होतो सोळा-सतरा वर्षांचा. मी त्याला काका म्हणायचो हे ठीकच होतं; पण त्याच्या बरोबरीचे लोकही का कुणास ठाऊक त्याला विजाकाकाच म्हणायचे.

"अरे, लक्ष कुठाय तुमचं?"

मी कचकन ब्रेक मारला.

"काय झालं?"

"एकदम गाडी का थांबवलीत?"

"तूच काहीतरी म्हणालीस?"

"गाडी सुरू करा आधी. चला. मी तुम्हाला एवढंच विचारत होते, की त्या भिकाऱ्याला पाचशे रुपये द्यायचं काही कारण होतं का?"

"एवढंच ना?"

“हो. एवढंच! असा अचानक ब्रेक मारलात. नशीब, आजूबाजूला गाड्या नव्हत्या! नाही तर नवीन कोऱ्या गाडीला लगेच एखादी खळी पडली असती!”

“तसं लक्ष ठेवूनच चालवतोय गाडी!”

“बरं, आता सांगा का दिलेत पैसे त्याला?”

“सांगतो ना नंतर. पण आधी ठरल्याप्रमाणे नवीन गाडीच्या खुषीत झकास जेवण होऊ दे. बोला पिल्लांनो, कुठल्या हॉटेलात जायचं?”

“गोल्डन गेट...!”

“एकदम ठीक.”

घरी पोचायला रात्रीचे बारा वाजले. मुलं पेंगुळली होती.

त्यांना झोपवून उमा जवळ येऊन बसली.

“खूष आहात ना?”

“हो खूपच. तू?”

“मीसुद्धा! पण तू मला सांगणार होतास ना?”

“कशाबद्दल?”

विसरलास? त्या भिकाऱ्याबद्दल?”

“भिकारी?”

तो तर राजा माणूस होता. विजाकाका. एकदम मस्त माणूस. आम्हां मुलांचं आणि त्याचं खूप छान जमायचं. मुलांची, म्हणजे माझ्या वयाच्या मुलांची मानसिकता तो जाणून असायचा. त्याप्रमाणेच आमच्याशी वागायचा. त्याचं स्वतःचं पर्सनल लाईफसुद्धा धमाल होतं. विद्यादीदी, त्याची बायको-तीही एकदम जॉली. विनोद-गप्पा, खिदळणं, पार्ट्या खूप आवडायचं तिला हे सारं. जय नावाचा एक गोड मुलगाही होता त्यांना.

विद्यादीदीला काकू-काकी म्हटलेलं आवडायचं नाही. ती सर्वांची दीदी झाली. ती नोकरी करायची आणि विजाकाकाचा स्वतःचा व्यवसाय होता. टूरिस्ट कारचा. कंपन्यांना गाड्या भाड्याने द्यायचा तो. त्याच्या त्या गाड्या, शोफर्स. त्यांची देखभाल आणि दिमाख! वा. प्रत्येक गाडीत सेंटची, पाण्याची बाटली, रोजचं वर्तमानपत्र, टिश्यू पेपर्सचा बॉक्स, व्हाईट सीट कव्हर्स! दहा-बारा गाड्या त्या तऱ्हेने रोजच्या रोज सांभाळायच्या म्हणजे केवढं काम! ड्रायव्हर्स पांढऱ्या शुभ्र युनिफॉर्ममध्ये! कॅप आणि पेजरसकट! त्या वेळेला पेजर्स होते. ड्रायव्हर लोकांना पेजर्स देणारा विजाकाका स्वतःसुद्धा पेजरच वापरायचा. नंतर मात्र त्याने मोबाईल घेतला. मला काय आकर्षण होतं तेव्हा मोबाईलचं! आणि आज? आज माझ्या सर्व ड्रायव्हर्सकडे मोबाईल

आहेत. काळ कसा सरला; काळ काय काय चमत्कार करतो, काळ यायचा असेल तर कुणावरही कसाही येतो.

विजाकाका कायम गडबडीत, धावपळीत! सतत फोनवर! फर्डा इंग्लिश! आणि महत्त्वाची गोष्ट म्हणजे अतिशय पोलाइट. आपण ज्याला मधाळ बोलणं म्हणतो ना, तसा!

त्याची पहिली गाडी, जेव्हा तो शोरूममधून घरी घेऊन आला, तेव्हा संपूर्ण कॉलनीला त्याने पेढे वाटले. एवढंच नाही, तर त्याने सगळ्यांना सांगितलं होतं, "कधीही, कुठल्याही प्रकारची अडचण आली तर त्याने मला सांगावं. गाडी त्यांना जिथं जायचं असेल तिथं घेऊन जाईल." सर्व मंडळी खूष! कोडकौतुक. अभिनंदन केलं गेलं. तो नुसतं हे बोलला असं नाही तर संतोषला जेव्हा फ्रॅक्चर झालं, तेव्हा तो त्याला गाडीतून हॉस्पिटलला घेऊनही गेला. असा तो सर्वांनाच उपयोगी पडत होता. आम्हा मुलांना राऊंड मारायला तर किती तरी वेळा घेऊन गेला.

"काका, सॉलिड आहे गाडी!"

"आवडली ना? नवीन मॉडेल– FORD IKON.

विजाकाका प्रेमाने गाडीवरून हात फिरवत राहायचा. त्याच्या डोळ्यांत एक वेगळीच चमक दिसायची. त्या भिकाऱ्याच्या डोळ्यांत तशीच चमक दिसली होती. विजाकाका त्याच्या मालकीच्या गाडीवरून हात फिरवता फिरवता गहिवरला होता.

"विजाकाका!"

"तुला सांगू अमित? खूप झगडलो, कष्ट केले. कर्ज उभारायचं. ते फेडायचं, हातात काहीही नसताना. सोपी गोष्ट नाही ही. गॅरेंटर मिळवण्यासाठी कैक जणांकडे गेलो. नकारच नकार! पण शेवटी साधलं आणि आता ही सुरुवात आहे. पुढे बघ, काय काय करतो ते!"

तो त्या वेळेला ह्या दुनियेत नव्हताच. गाडी कायम कुठल्या ना कुठल्या कंपनीत जात राहिली. विजाकाकाची धावपळ वाढली. नवीन नवीन कंपन्या मिळवण्यासाठी तो जीवाचं रान करू लागला. मी हळूहळू त्याला मदत करायला लागलो. माझा रिझल्ट लागायचा होता आणि तोपर्यंत उद्योग काहीच नव्हता. नुसता उंडारणार किती दिवस!

त्याला एक दिवस सहज म्हणालो,

"विजाकाका, बोअर झालोय. इतर मित्र बिझी आहेत अभ्यासात. वेळ कसा घालवू कळत नाहीये."

“एवढंच ना! येत जा माझ्याकडे. मला मदत कर.”

“मला जमेल?”

“डेफिनेट्ली!”

“पण घरून...”

“मी बोलतो मावशींशी.”

“छे. छे. नको. मी सांगेन आईला. मी काही तरी काम करतोय हे बघून तिलाही बरं वाटेल”

“ये तर उद्यापासून.”

काय एकेक प्रसंग! काय नमुने? रोज काही ना काही वेगळं घडायचं. विजाकाका सर्व प्रॉब्लेम्स गोड गोड बोलून सोडवायचा. कितीही सर्व्हिस उत्तम द्या; पण तरीही कंपन्यांना काही तरी खोड दिसायचीच. असाच एकदा फोन वाजला.

“गुड मॉर्निंग, व्ही. व्ही. आय. ट्रॅव्हल्स!”

“कॉलिंग फ्रॉम एम्पायर. प्लीज स्पीक हिअर!”

“विजाकाका, एम्पायरमधून फोन आहे.”

“बोल, बोल...”

“यस्, सर! व्हॉट कॅन आय डू फॉर यू?”

“तुम्ही काय करणार आमच्यासाठी?”

“विजाकाका, तूच बोल.”

“येस!”

“येस् येस् काय?”

“ओ कदमसाहेब, बोला!”

काय बोलणं झालं पुढे मला कळलं नाही. विजाकाकाने जरा चिडूनच फोन ठेवला. माझ्याकडे बघून म्हणाला, “काय माणसं असतात! ह्यांना कितीही खायला घाला, तरी साले उपाशी ते उपाशीच!”

“काय झालं?”

“बिलं पास करणारा अकाउटंट आहे हा. हेड ऑफ द डिपार्टमेंट असलेले काही अपेक्षा ठेवत नाहीत. पण ही लोकं? कितीही दिलं तरी समाधानच नाही ह्यांना. परवाच ह्याचा बॉस मला विचारत होता. काय विजय? काही प्रॉब्लेम्स नाहीत ना? कुणी डिमांड करत असेल तर मला कळवा सरळ!” काय सांगणार त्याला? ही दुनिया आहे, अमित. माणसं अशी कळतात. आपण आपली सर्व प्रकारची शक्ती वाढवायची.”

"काय हवंय त्यांना?"

"मिनर्व्हाला शोले लागलाय ना? ब्लॅकमध्ये तिकिटं मिळतात कारण कायम हाऊस फुल्ल! त्याला सतरा तिकिटं हवी आहेत."

"देणार?"

"न देऊन सांगतो कुणाला? लाखावर बिलं पेंडिंग आहेत."

विजाकाकाने दुसऱ्या दिवशी मला हाक मारली. गेलो. तर खो खो हसत होता.

"काय झालं रे?"

"जाम गोची केली त्या कदमची!"

"तिकिटं पाठवली नाहीस?"

"पाठवली ना! पण कशी?"

"कशी?"

"राजू रे, आपला ड्रायव्हर. त्याला सांगितलं प्रत्येक तिकीट वेगवेगळं काढ. काय धमाल सतरा जण सतरा वेगवेगळ्या ठिकाणी बसले."

"तुला कसं कळालं?"

"आत्ताच त्याचा फोन येऊन गेला. टेरिफिक तडकला होता. मी त्याला शांत केलं. म्हणालो, काय करणार साहेब? तिकिटं काढायला राजूला पाठवलं होतं. त्याला तंबीच दिली होती. कसंही करून तिकिटं मिळालीच पाहिजेत. कदमसाहेबांना हवीत. तो तरी काय करणार मग? जशी मिळाली तशी घेतली आणि सगळी तुमच्या घरी पोहोचती केली. मलाही हे आत्ताच कळतंय तुमच्याकडून!

"पण शोले असा भन्नाट चाललाय! त्याचापण नाईलाज झाला!"

"मग?"

"मग काय? चरफडला असेल मनातल्या मनात!"

"विजाकाका, तू म्हणजे ना..."

"करावं लागतं, बेटा - बिझनेस म्हटलं की छक्के-पंजे आलेच पाहिजेत."

असा होता विजाकाका; पण जिथं माणसं सरळ, तिथं तोही सरळ! एकदा असाच त्याच्याबरोबर एका कंपनीत गेलो होतो. त्याने स्वत:चं इंट्रोडक्शन दिलं. अतिशय आपुलकीने-गोडव्याने बोलत होता. आपलीच सर्व्हिस कशी चांगली आहे, हे त्यानं त्या समोरच्या माणसाच्या गळी उतरवलंच आणि मगच तिथून निघाला. त्याचं ते कसब पाहून मी चाट झालो.

त्याचा बिझनेस वाढत होता. त्याने अजून एक गाडी घेतली. कॉलनीतल्या

लोकांचे डोळे मोठे झाले. ह्याही वेळेला त्याने सर्वांना पेढे वाटले. त्यांना ते कितपत गोड लागले असतील, ही जरा शंकाच होती.

माझा रिझल्ट लागला. माझं कॉलेज, क्लासेस, मित्र-मैत्रिणी, रुटीन सुरू झालं; पण वेळ मोकळा असेल तेव्हा माझी बैठक विजाकाकाकडेच असायची. विद्यादीदी नोकरीमुळे बाहेर आणि विजाकाका बिझनेसमुळे घरात! तो उत्तम नॉनव्हेज बनवायचा. आठवड्यातून एकदा तरी छोटीशी पार्टी असायचीच. मला तेव्हा ड्यूटी स्लीप, अटेंडन्स कार्ड, रिपोर्ट कार्ड, बिलं बनवणं वगैरे सर्व यायला लागलं होतं. धमाल यायची. ज्या वयात इतर मुलं टवाळगिरी करत असतात, त्या वयात मी हे सर्व शिकलो. त्याची बिझनेसची पद्धत, खाचाखोचा बारकाईने बघत होतो. एक गोष्ट मात्र खटकायची त्याची. तो हिशोबात फारच ढिला होता. आवक किती? ह्याचा विचार न करता पैसा खर्च करायचा. तडजोड आवडायचीच नाही त्याला. रोज स्कॉच हवी म्हणजे हवी! हे जरा न पटणारंच होतं, निदान मला तरी!

एके दिवशी बातमी आली, नवीन गाडीला ॲक्सिडेंट झाला! मला आठवतंय त्याच्यापेक्षा मीच घाबरलो होतो.

"विजाकाका, नजर लागली का रे?"

"नाही रे. गाडी म्हटल्यावर ॲक्सिडेंटस् होणारच!"

"तुला टेन्शन नाही आपलं?"

"हा बिझनेस आहे. ह्यात वर-खाली असं होणारच. दहा ते सहा अशी नोकरी नाहीये. ह्यात थ्रील आहे. चॅलेंज आहे. सो, वन मस्ट ॲक्सेप्ट द चॅलेंज! अदरवाइज् करूच नका ना बिझनेस! खर्डेघाशी करत बसा मग!"

"एवढा खर्च गाडीचा?"

"इन्शुरन्स आहे ना?"

"तोपर्यंत दुसरी गाडी?"

"घेऊ ना इतर ऑपरेटर्सकडून!"

विजाकाका भन्नाटच. त्याने सेकंड हँड गाडी साठ हजारांत विकत घेतली. त्या गाडीचा इंजिन नंबर आणि चासी नंबर शिवाय नंबर प्लेट बदलून, ॲक्सिडेंट झालेल्या गाडीचे नंबर्स ह्या गाडीवर ॲम्बॉस करून घेतले. दुसऱ्याच आठवड्यात नवीन गाडी रस्त्यांवर धावू लागली. त्याने जे काही केलं ते लिगली बरोबर नव्हतं. हे असंही करता येतं हे बघून मी चाट झालो; पण मला ही गोष्ट खटकलीसुद्धा! पण तो बिनधास्त होता. मला मात्र त्याची बिझनेस करण्याची ही पद्धत पटेनाशी झाली.

विद्यादीदी मात्र सरळ-तडक-फडक होती. तिला ह्या गोष्टी खपायच्या नाहीत. ह्यावरून दोघांत कायम भांडणं व्हायची. माझी आई दोघांची समजूत घालायची; पण ती कायम दीदीच्याच बाजूने असायची. नंतर आमच्या घरात चर्चा सुरू व्हायची.

"विजा जे करतोय ना, एक दिवस त्यालाच हे भोवणार आहे."

"काही होत नाही ग आई! ही दुनियाच तशी आहे."

"तू मला दुनियेच्या गोष्टी शिकवतो आहेस? वय काय रे तुझं? काय बघितली आहेस ही दुनिया तू? आपण साधी माणसं आहोत. आपलं काम, आपला व्यवसाय इमाने करावा. त्याचा मोबदला घ्यावा. शांत आयुष्य जगावं. हे कसलं रे आयुष्य? सारखे फोन खणखणणार. घरात एक तर ड्रायव्हर्स नाही तर मेकॅनिक. रात्र-ना-दिवस. सतत चालूच. आज काय? तर ड्रायव्हरच नाही आला. चालला लगेच हा ड्यूटीवर! इतका शिकलेला हुषार माणूस, ड्रायव्हर म्हणून जातो. बरं दिसतं का?"

"तूच म्हणतेस ना. कुठल्याही कामाला कमी लेखू नको. मग वेळप्रसंगी गेला ड्रायव्हर म्हणून तर काय फरक पडतो? शेवटी तो आहे मालकच ना?"

"बरोबर आहे. पण त्याची भाषा ऐकतोस का तू? शिवीशिवाय वाक्य सुरू होत नाही आणि पूर्णविराम द्यावा तसं शिवी दिल्याशिवाय वाक्य पूर्ण होत नाही. सतत तेच ऐकून ऐकून जयही तसाच बोलायला लागलाय."

विजाकाका स्वत: ड्रायव्हर म्हणून जायचा तेव्हा त्याला टिप सॉलिड मिळायची. झकास इंग्लिश बोलणारा ड्रायव्हर बघून कस्टमर्स खूष व्हायचे. कुणी फॉरेनर्स असतील तर डॉलर्स मिळायचे टीप म्हणून! लगेचच घरात पार्टी! अर्थात दीदी ऑफिसला गेल्यानंतर! त्याचं निरीक्षण केवळ विलक्षण असायचं. "तुला एक गम्मत सांगतो, अमित. कस्टमर कसा आहे, हे त्याच्या गाडीत बसण्याच्या पद्धतीवरून कळतं. कसं विचार?"

"कसं?"

"ज्यांच्या स्वत:च्या गाड्या आहेत ती माणसं साधी-नॉर्मल असतात. त्यांना गाडी, ड्रायव्हर दार उघडून देतो-लावतो वगैरेचं काही विशेष वाटत नाही. बरेच वेळा ते ड्रायव्हरला थांबवतात, स्वत:च दार उघडून बसतात, हळूवार दार लावतात; पण ज्यांची स्वत:ची गाडी नाही, ती माणसं सॉलिड रूबाब दाखवतात. त्यांना दार उघडून द्यावं लागतं. बसले की लावावं लागतं. ते उगीचच सीटवर हात ठेव, रिडिंग लॅम्प लाव, टिश्यू पेपर वापर, असं काही तरी करतात. विनाकारण ड्रायव्हरवर ओरडतातसुद्धा. तेवढ्या वेळेपुरते ते मालक असतात. ही माणसं कधीही टीप देत नाहीत. गाडीचं भाडं

कंपनी देणार असते; पण टीप स्वत:च्या खिशातून जाते. टीप देणारी माणसं नाईन्टी नाईन पर्सेंट स्वत:ची गाडी असणारे असतात. त्यांना ड्रायव्हरची गरज माहीत असते.''

विजाकाकाला मोठं कॉन्ट्रक्ट मिळालं. दी लायन्स कंपनीचं! दहा गाड्यांचं! विजाकाकाचा एक अगदी जवळचा मित्र अरुण त्याचा पार्टनर झाला. दीदीला हे मान्य नव्हतं. तिला कुणी पार्टनरच नको होता. त्यातून अरुण तर नाहीच नाही. कारण तो उद्योग असा काहीच करत नव्हता. नुसती मजा मारणं, हिंडणं-फिरणं. घरचा खूप श्रीमंत होता. म्हणूनच काही काम करत नसे. असा माणूस पार्टनर असावा, हे दीदीला मान्य नव्हतं. आणि विजाकाकाला तो हवा होता कारण तो फायनान्स करायला तयार होता. प्रत्येक गाडी मागे वीस टक्के पैसे स्वत:चे आणि ऐंशी टक्के लोन! दहा गाड्या एका लाइनीत कॉलनीत येऊन दाखल झाल्या. लोकांची बुब्बुळं बाहेर आली. विजाकाका रोज सकाळी स्वत: खाली उतरून सर्व गाड्यांवरून प्रेमानं हात फिरवायचा. त्याच्या डोळ्यांतली चमक वाढत जायची. अगदी त्या भिकाऱ्याच्या डोळ्यांतल्या चमकीप्रमाणे!

विजाकाकाचा धंदा वाढला, त्याने कॉम्प्युटर घेतला. तो सतत कामात राहू लागला आणि अरुण हक्काने त्याच्या घरी येऊन टाईम-पास करू लागला. गाड्या जायची वेळ, यायची वेळ, ड्रायव्हर्स, फोन्स, फॅक्स, ई-मेल, गाडीत काही प्रॉब्लेम - नुसती धावपळ!

विद्यादीदी कंटाळत चालली. तिने तिचं आयुष्य आखून घेतलं. दर शनिवारी-रविवारी ती पार्टीला, पिकनिकला, सिनेमाला तिच्या मैत्रिणींबरोबर जायची. ती तिच्या पद्धतीने जयसकट तिचं आयुष्य घालवत होती.

अरुणला ड्रिंक्सचं वेड होतं. सर्व गाड्या ड्यूटीवर गेल्या की बाटली घेऊन बसायचा. हे व्यसन तसं विजाकाकालाही होतं, पण मर्यादित. अरुणच्या संगतीनं तोही घ्यायला लागला आणि खरी उतरती कळा सुरू झाली. फोन व्यवस्थित अटेंड होईनासे झाले. एकदोन कंपन्यांचं बुकिंगही कायमचं संपलं; पण त्यांना फिकीर नव्हती. दी लायन्स त्यांच्या हातात होती. बरेच वेळा मी तिथे असलो तर बिझनेस सांभाळायचो. अतिशय अगत्याने स्वागत व्हायचं माझं. आईला मात्र माझं विजाकाकाकडे जाणं खटकायचं. ''कशाला जातोस सारखा तिथे? आणि काय भाषा वापरायला लागला आहेस? अर्थच कळत नाही तुझ्या शब्दांचा. कॉलेजचं शेवटचं वर्ष आहे. अभ्यास कर आता. बास झाला विजाकाका. त्याच्यासारखं ड्रायव्हर व्हायचंय का?''

''अमित, ड्रायव्हर आला आहे.''

मी वर्तमानात आलो.

“कोण?”

“नवीन गाडीसाठी.”

“आत्ता? ह्या वेळेला?”

“वेळेचं काही बंधन आहे का आपल्याला?”

“प्लीज, त्याला उद्या सकाळी बोलव.”

“हं, येतोय उद्या. का हो गप्प का? मी तुम्हाला काही विचारलंय?”

मी मग पूजाला विजाकाका काय चीज होती हे सांगितलं.

“म्हणजे, तुम्ही हा बिझनेस...”

“विजाकाकाचा आदर्श डोळ्यांसमोर ठेवूनच करायचा ठरवला. कारण बिलं करताना आणि इतर खर्च बघतां, ह्या बिझनेसमध्ये प्रॉफिट होऊ शकतो, हे मी तेव्हाच ताडलं होतं.”

“विजाकाकाचं काय झालं? कुठे आहे तो सध्या?”

“आम्ही ती कॉलनी सोडली. ह्या नवीन मोठ्या घरात राहायला आलो. तोपर्यंत तरी त्याचं सर्व छानच चाललं होतं. नंतर असाच एकदा सहज कॉलनीत गेलो, विजाकाकाला भेटायला. आणि खरं तर मार्गदर्शन हवं होतं त्याचं. नोकरी करण्यापेक्षा हाच बिझनेस करावा हा विचार पिच्छा सोडत नव्हता. त्याच्याकडे गेलो मार्गदर्शनाकरता आणि कमालीचा धक्काच बसला एकेक बघून!”

“असं काय झालं होतं?”

“घराला अवकळा आली होती. अक्षरश: दहा महिन्यांत दी लायन्सकडून वेळेवर पेमेंटस् आली नव्हती. एका गाडीला जबरदस्त अपघात झाला होता. इन्शुरन्स वगैरे होऊ शकला असता; पण त्यात खूप काळ जाणार होता. अपघात झालेल्या गाडीत दी लायन्सचा मॅनेजर होता, जो जबर जखमी झाला होता. ड्रायव्हरचा हलगर्जीपणा. पण भोगावं लागलं विजाकाकाला. पेमेंट्स लेट येऊ लागली. इथे कर्ज वाढत गेलं होतं. रोजच्या पेट्रोलचे, ड्रायव्हर्सच्या पगारांचे, गाडीच्या मेंन्टेनन्सचे प्रॉब्लेम्स होऊ लागले. दुसऱ्या ऑपरेटर्सच्या गाड्या घ्याव्या लागल्या. त्यांचे पैसे फेडण्यासाठी अजून कर्ज. त्यात अरुण. त्याने स्वत:ने गुंतवलेले पैसे परस्पर बँकेतून हळूहळू काढू लागला आणि करता करता विजाकाका कफल्लक झाला. इंटरेस्ट भरला नाही म्हणून बँकवाले गाड्या जप्त करून घेऊन गेले. एवढं सगळं झालं; पण व्यसन काही सुटलं नाही. विद्यादीदी ह्या सर्व प्रकाराला कंटाळली. घेणेकरी सकाळ-रात्र दाराशी येऊ लागले, तरी विजाकाका पूर्वीसारखाच मस्तीत! शेवटी कंटाळून जयला घेऊन दीदी घर सोडून निघून गेली.”

“विजाकाकाने थांबवलं नाही?”

“खूप प्रयत्न केला त्याने. स्वत:ला बदलेन असं म्हणाला. पण उपयोग झाला नाही. उतरती कळाच लागली. कॉंट्रॅक्टच्या अटी त्याच्याकडून सांभाळल्या गेल्या नाहीत. कॉंट्रॅक्ट गेलं आणि एक एक करून सर्व गाड्याही. जोपर्यंत पैसा होता, सर्व दोस्त मंडळी होती. अरुण तर कधीच पळून गेला होता.”

“तुम्ही काय केलंत मग?”

“काय करणार? विजाकाकाकडे बघवत नव्हतं. तसाच बाहेर पडलो. पण हे सर्व तो जेव्हा सांगत होता ना तेव्हाही तो कुठेतरी हसतो आहे, असं वाटत होतं. त्याचे डोळे बदलले होते. धुरकट वाटत होते.

मी परतलो, पण मनाशी ठरवूनच. मी हाच बिझनेस करणार आणि यशस्वीही होणार. आईने खूप विरोध केला; पण तिला समजावलं. मी सेटल् होईपर्यंत झोप उडाली होती तिची.

“पण आता किती कौतुक वाटतं तिला तुमचं!”

“हो वाटतं, पण मला अजूनही डोळ्यांसमोर तो राजा माणूसच दिसतो.”

“अरे, पण तू माझ्या प्रश्नाचं उत्तर देना! त्या भिकाऱ्याला तू पाचशे रुपये का दिलेस?”

“हेच तर उत्तर आहे तुझ्या प्रश्नाचं.”

“म्हणजे?”

“आम्ही इथे राहायला आलो, मी अट्टाहासाने बिझनेस सुरू केला. मी सतत कामातच राहायला लागलो. एक दिवस सवड काढून पुन्हा कॉलनीत गेलो, विजाकाकाला भेटायला. त्याला काही हवं-नको बघायला; पण घर बंद होतं. नंतर चार-पाच वेळा गेलो. तो भेटलाच नाही आणि आज इतक्या वर्षांनंतर तो भेटला. अगदी अचानक! गाडीवरून मळकं फडकं फिरवत, नवीन गाडी बघितल्यावर उमटणाऱ्या डोळ्यांतल्या चमकीसकट!

“काय सांगताय? तो भिकारी विजाकाका होता?”

“हो, उमा. तो विजाकाकाच होता. प्रथम मीही त्याला ओळखलं नाही. पण जेव्हा मी काच खाली केली, त्याच्याकडे बघितलं, त्याचे इंग्लिश उच्चार ऐकले आणि लक्कन् वीज चमकून अंधारात असलेला भाग उजळून जसा जातो ना तसं झालं. त्याची गाड्यांची आवड अजूनही कायम आहे. त्याला आजही नव्या गाडीचा स्पर्श आवडतो. त्याचे आपल्या नव्या गाडीवरून फिरणारे थरथरणारे हात मी विसरू शकत नाही. मी एकदम बेचैन झालोय. त्याने पैसे मागितले, त्याने तेव्हा माझ्याकडे बघितलं; पण मला ओळखलं नाही. तो ह्या सर्व ओळखींच्या पलीकडे गेला आहे, सर्व जाणिवांपलीकडे.

एके काळी स्कॉचशिवाय दुसरं कुठलंही ड्रिंक न घेणारा विजाकाका हातभट्टीची दारू पितोय! उदास वाटलं...''

"तुम्हाला त्याला काही मदत करायची आहे का?''

"नाही ग! फार उशिरा भेटला विजाकाका. तो हरवला आहे आता. त्याची कुठे सोय करणार? एखाद्या आश्रमात? त्याने काय होणार? त्याची भूक वेगळी आहे, गरज वेगळी आहे. तो म्हातारा झालाय. हातपाय थरथरतात. तो साधी भीकही मागू शकला असता. त्याला ती मिळेलही; पण त्याने तसं नाही केलेलं. त्याने हातात फडकं घेतलंय. सिग्नलला थांबणारी प्रत्येक गाडी तो पुसायला जातो. कदाचित् त्यालाही कळत असेल, त्या फडक्याने गाड्या स्वच्छ होणार नाहीयेत. तरीही तो असं करतोय. का? कारण हे त्याचं आणि गाडीचं नातं आहे. तो अजूनही त्या ऋणानुबंधनात आहे. हे ऋणानुबंध त्याला तोडता येत नाहीयेत.''

"तुम्ही त्याला पाचशे रुपये दिलेत!''

"खरं तर तेही कमीच आहेत. मी सर्व बिझनेस त्याच्याकडून शिकलो. माझ्या यशाचा जनक तोच आहे; पण जाणिवेने जर काही त्याच्याकडून शिकलो असेन तर ती फक्त एकच गोष्ट! बिझनेस कसा करू नये! तो ज्या ज्या चुका करत गेला, त्या त्या चुका मी टाळत आलो. काय केलं नाही, की बिझनेस यशस्वी होतो, हे मी त्याच्याकडून शिकलो. तो माझा गुरू आहे, उमा. ते पाचशे रुपये गुरूदक्षिणा म्हणून मी त्याला दिले, तेही कमीच आहेत. मला माहित्ये, की ही गुरूदक्षिणा आहे हे त्याला कधीच कळणार नाही. कोणी दिले हेही कळणार नाही. तू बघितलंस ना, पाचशे रुपये हातात मिळूनही तो दुसऱ्या गाडीकडे वळला. एक-दोन रुपयांसाठी! पण त्याने आपलं अभिनंदन केलं! ह्यात मला आनंद आहे. आज गुरूपौर्णिमा! आणि अचानक मला माझा गुरूही भेटला.''

माझ्या डोळ्यांच्या कडा नकळत ओलावल्या. उमाने मला थोपटल्यासारखं केलं. डोळ्यांसमोर विजाकाका तरळत होता. उत्तम इंग्लिश बोलणारा, झोकात जगणारा... आम्हा मुलांना नव्या गाडीतून दूरपर्यंत फिरवून आणणारा...!

❖

दिशा

नानीचं लग्न झालं तेव्हा ती फक्त वीस वर्षांची होती. शहरात वाढलेली नानी लग्नानंतर गावात राहायला आली. तिला हे लग्न पसंत नव्हतं. खेडवळ आयुष्य तिला अजिबातच नको होतं. स्थळ चांगलं होतं. गावात मोठा वाडा होता. अंगण-पडवी-माजघर-स्वैंपाकघर शिवाय माडीवर चार प्रशस्त खोल्या. शेती-भाती भरपूर. गायीगुरंही भरपूर. हे ऐश्वर्य काही वेगळंच असतं. घरच्यांच्या हट्टापुढे नानीचं काही चाललं नाही. ह्या ना त्या परीने तिला समजावून शेवटी सर्वांनी राजी करून घेतलं आणि नानीच्या होकाराने मंगल अक्षता पडल्या. नानीच्या रूपाने देशमुखांच्या वाड्यात लक्ष्मीचा गृहप्रवेश झाला.

रघुवीर देशमुख, एकुलता एक मुलगा. लाडाकोडात वाढलेला. मोठ्या तीनही बहिणी लग्न होऊन सासरी गेलेल्या. एवढ्या मोठ्या वाड्यात सासु-सासरे आणि रघुवीर-मेघा इतकेच राहणारे. लहानपणापासून सगळेच रघुवीरला नाना म्हणायचे. नानाची ती नानी! त्यामुळेच लहान वयातच मेधाचं मेघा नाव लुप्त होऊन नानी नाव पडलं.

घरात सगळीच आबादी-आबाद. गडीमाणसं भरपूर होती. नानीचं आगमन झालं आणि सासूबाईंनी सर्व कारभार तिच्यावर सोपवला. वर्षातून एकदा तीनही नणदा हक्काने सहकुटुंब माहेरपणाला यायच्या. वाडा गजबजून जायचा. नानीने सर्व जबाबदारी समर्थतेने झेलली.

कर्तबगार सून मिळाली, देशमुखांचा वाडा धन्य धन्य झाला.

हळूहळू नानी मनापासून वाड्यात, गावात रूळली. दिनक्रम ठरलेलाच असायचा. पहाटे उठून चुलीवर पाणी तापत ठेवायचं. चहा-कॉफी करायची,

मामंजींची न्याहारी. अंगणांत सडा-रांगोळी... साडेआठ-नऊ वाजेपर्यंत बैलं गाडीला जुंपली जायची आणि मामंजी घरगड्यासोबत शेतावर रवाना व्हायचे. एखाद् तासाच्या अंतराने नानाही शेतावर जायचे. मग उरलेली कामं. गावात कुणी नवीन आलं की पहिली खबर वाड्यावर पोहोचायची. नवागताला जेवणाचं आमंत्रण धाडलं जायचं. ओळखपाळख व्हायची. अशीच एकदा खबर आली. गावात खूप मोठे ज्योतिषी आले आहेत. भटगुरुजी म्हणतात सगळे त्यांना. वाड्यावरून त्यांना लगेचच आमंत्रण पोहोचलं.

गुरुजी कुटुंबासमवेत वाड्यावर आले. नमस्कार झडले.

गुरुजी देशमुखांना सांगू लागले.

"मी मूळचा देशावरचा. शाळेत मुख्याध्यापक होतो. म्हणून गुरुजी ही उपाधी, निवृत्त झालो तरीही चिकटलेलीच राहिली. मुली आहेत दोन. सुखाने आपापल्या संसारात नांदत आहेत. आमची ही कोकणातली. सर्व जबाबदाऱ्या पार पडल्यावर हिच्या आनंदास्तव कोकणात छोटंसं घर घेऊन राहावं, असं ठरवलं. तुमचं गाव आवडलं. शांत, सुंदर. आता इथेच वास्तव्य करावं असा मानस आहे."

"वा, वा... उत्तम. गावासाठी ही आनंदाची गोष्ट आहे. शिवाय आपली कीर्ती आमच्या कानांवर आलीच आहे."

"कीर्ती म्हणण्याइतपत काही मी मोठा नाही. आवड होती. गुरू चांगला भेटला. शिकत गेलो झालं. तुमच्यासारखं काही मोठं कर्तृत्व नाही माझं."

"गुरुजी, आता तुम्ही मला लाजवताय. चला, पानं मांडल्येत. आपण जेवायला बसू."

भट गुरूजी आणि देशमुख हळूहळू एकरूप होत गेले. सणवार एकत्र साजरे केले जायचे. कुणाला दुखलंखुपलं तर एकमेकांसाठी धावपळ केली जायची.

नानांचं गुरुजींकडे येणं-जाणं जरा जास्तच व्हायला लागलं. त्यांना हळूहळू पत्रिकेच्या अभ्यासाचा, ज्योतिषाचा छंद लागायला लागला. करता करता दिवस दिवस गुरुजींकडेच मुक्काम होऊ लागला. नानीला कुणकुण लागली; पण तिने सुरुवातीला दुर्लक्ष केलं. सासूबाईमामंजींचंही हेच मत पडलं. "काही नवीन शिकतोय, शिकू देत. आम्ही आहोतच सर्व काही बघायला."

पण नानांची ही आवड हळूहळू ध्यास बनत गेली. कालांतराने सासूबाई कुरबूर करायला लागल्या. नानांचा शेती-बागायतीमधला रस हळूहळू कमी होतोय, हे जाणवायला लागलं. दिवस न् रात्र कुणाची तरी पत्रिका आणि पंचांग काढून नाना अभ्यास करू लागले.

वर्ष-दोन वर्षं सरली. नाना गुरुजींकडून बरंच काही शिकले. एका संध्याकाळी नाना गुरुजींकडून वाड्यावर परतले. देशमुख ओटीवरच्या मोठ्या झोपाळ्यावर बसले होते.

"नाना..."

"आलोच, आबा."

"बैस. काय चाललंय सध्या?"

"खूप काही."

"म्हणजे पत्रिका वगैरेच ना..."

"हो, पण त्याचबरोबर काही वेदपठणही चालू आहे."

"चांगली गोष्ट आहे. गेले वर्ष-दीडवर्ष मी बघतोय. तुझा ह्या शिक्षणातला खटाटोप, त्यासाठी दिवस-रात्र एक करणं - आवडतंय मला; पण त्याच बरोबरीने थोडं आपल्या व्यवसायातही लक्ष घालायला हवंस. जो काही आपला शेतीव्यवसाय आहे. त्यात आपण जे काही नवीन नवीन प्रयोग करतो आहोत, त्यासाठी मला तुझी गरज भासते. मी एकटा किती करणार? माझंही आता वय होत चाललंय. ही दगदग मला जास्त काळ सोसवेल असं वाटत नाही."

"आबा, चुकलं माझं. माझं दुर्लक्ष होतंय, हे जाणवतंय. मी पूर्वीसारखा तुमच्या बरोबरीने शेतावर येत जाईन."

देशमुखांना समाधान वाटलं. नानी-सासूबाईंनीही निःश्वास टाकला. बोलल्याप्रमाणे नाना कारभारात लक्ष घालू लागले.

वर्षं सरत होती. आता देशमुखांना आणि देशमुखकाकूंना नातवाची आस लागली. आडून आडून नानीकडे विचारपूस होऊ लागली. नानीकडे काहीही उत्तर नसायचं. वाड्यातली गडीमाणसं तर सरळ सरळ विचारायची,

"नानी, पेढे कधी देताँव?"

नानी हिरमुसली व्हायची.

जेवणं आटपून नानी माडीवर आली. नाना पंचांग मांडून बसले होते.

"ऐकलं का?"

"हं!"

"बरेच दिवस तुमच्याशी बोलेन-बोलेन म्हणत होते."

"काय ते?"

"त्या पंचांगातून नजर वर झाली तर बोलण्यात अर्थ!"

नानांनी पंचांग खुणेचा कागद घालून बंद केलं.

"बोल."

''आपल्या लग्नाला पाच वर्षं होऊन गेली. पण अजूनही आपल्याला मूलबाळ नाही. लोकं, सासूबाई चौकशी करतात आणि मलाही आता फार वाट नाही बघवत.''

''काय करू या?''

''आपण मेडिकल चेकअप् करू. दोघांचंही.''

''हे काय नवीनच?''

''नवीन काय त्यात? किती तरी अशी जोडपी असतील जी नाईलाजाने चेकअप् करून घेत असतील; पण त्यांना काही तरी मार्गदर्शनही मिळत असेल त्यातून. त्यापैकीच आपण एक. त्यात कमीपणा का वाटावा?''

''पण एवढं कुठं वय सरलंय? आत्ता तर तू पंचविशीची आहेस फक्त.''

''हो, तरी लग्नाला तर पाच वर्षं झाली ना पूर्ण?''

''बघू. जरा विचार करून निर्णय घेऊ देत.''

दिवस सरत होते आणि नानी बेचैन होत होती. तिच्याकडे बघणाऱ्या नजरांचा अर्थ हळूहळू बदलत चाललेला तिला जाणवत होता. तिची कुतरओढ देशमुखांना दिसत होती. सासूबाईंची अस्वस्थता जाणवत होती. शेवटी देशमुखांनीच नानाशी बोलायचं ठरवलं. रात्र बरीच झाली होती. देशमुख नानाची वाट बघत त्यांच्या नेहमीच्या झोपाळ्यावर बसले होते. नाना दारात दिसताक्षणी देशमुखांनी नानावर प्रश्नांचा भडीमार केला.

''कुठे होतास इतका वेळ? ही काय घरी यायची वेळ झाली? आज शेतावरही नाही आलास. त्यामुळे गडीमाणसांचा पगार द्यायचा राहिला. हातांवर पोट त्यांचं! वेळच्या वेळी त्यांना पैसे मिळाले नाही तर ते काय करतील? नाना, तुझ्याशी बोलतोय.''

''आबा, मी गुरुजींकडे होतो.''

''मला शंका होतीच! पण इतका उशीर?''

''आबा, कसं सांगू कळत नाहीये.''

''मला वाटतं, 'वडील' या भावनेने, ह्या नात्याने मी कधी तुझ्याशी वागलो नाही. तू म्हणजे आम्हा दोघांसाठी अखंड आनंदाचा गाभा आहेस. मोठा झालास तेव्हाच वडीलकीचं नातं संपलं आणि मित्रत्वाचं सुरू झालं. एका मित्राशी जसा बोलशील, तसा माझ्याशी बोल.''

''मी, माझी आणि नानीची पत्रिका घेऊन गुरुजींकडे गेलो होतो. मी माझ्यापरीने काही अनुमान पत्रिकेवरून काढली होतीच; पण खातरजमा करणं आवश्यक वाटलं. आबा, आपण सर्वच काही अपेक्षा करत आहोत. पण,

कसं सांगू? आम्हाला मूल होऊ शकत नाही.''

''काय सांगतोस?''

''ग्रहच दोघांचे तसे आहेत. गेले काही महिने नानी माझ्यामागे लागली आहे. शहरात जाऊन वैद्यकीय तपासणी करू या म्हणून!''

''बरोबरच आहे तिचं!''

''पण पत्रिकेत योगच नाहीये, आबा!''

''कुणाच्या?''

''माझ्या.''

''अरे, नाना...''

''काय करू! जर पत्रिका कधी तपासली असती माझी, तर मी कधीच लग्न केलं नसतं.''

''असा धीर का सोडतोस? कुणीही काहीही जाणूनबुजून केलेलं नाही. मूलत: पत्रिका बघावी असं दोन्ही घरांतून कुणालाच वाटलं नाही. जेव्हा एकापाठोपाठ एक तीनही मुलीच झाल्या, तेव्हाही कधी मुलगा होईल की नाही, हे बघायलाही आम्ही कुणा ज्योतिषाकडे गेलो नाही आणि गुरुजी ह्या गावात येऊन स्थायिक होईपर्यंत कधीही कुणाला पत्रिका दाखवावी, असं वाटलं नाही.''

''तसं जर तुम्हाला वाटलं असतं तर फार फार बरं झालं असतं. एका अपराधातून वाचलो असतो. मेघासारख्या गुणी मुलीचा असा विश्वासघात नसता झाला.''

''नाना, हे असे उलट-सुलट विचार करू नकोस. आपण कुणाचाही विश्वासघात केलेला नाही आणि कुठलाही अपराध केलेला नाही. आणि जरी ह्या शास्त्रावर तुझा पूर्ण विश्वास असला तरी माझा मात्र कल नानीने सुचवलेल्या पर्यायाकडे राहतोय.''

''म्हणजे?''

''अरे, मी म्हणतो, आज वैद्यकियशास्त्र किती पुढे गेलंय. काही ना काही उपाययोजना असणारच. देवाच्या कृपेने इतर कुठल्याही गोष्टीची कमतरता नाहीये आपल्याला. पाण्यासारखा पैसा खर्च झाला तरी चालेल. उपाय सर्व करून बघायचे.''

''व्यर्थ आहे सारं.''

''मला तुझी ही नकारात्मक भूमिका अजिबात मान्य नाही. अरे, खडकाळ जमिनीतून धान्य पिकवलंय मी. गावातले सगळे मला वेड्यात काढत होते तेव्हा; पण त्यामुळे मी काही हार मानली नाही. आज त्याचं फळ आपण

चाखतो आहोत. म्हणूनच म्हटलं 'नाही' म्हणून कधी म्हणायचं नाही. 'प्रयत्न करू' असंच म्हणायचं आणि त्याप्रमाणे ते करायचे. ठीक. जा. झोप आता.''

शेवटी देशमुखांच्या आणि नानीच्या आग्रहास्तव नाना मेडिकल चेकअपसाठी तयार झाले. मुंबईसारख्या निष्णांत गायनॉकॉलॉजिस्टकडे दोघांचीही तपासणी झाली आणि आश्चर्य म्हणजे दोघंही अगदी निर्दोष होते. क्षणभर नानाला वाटलं 'सुटलो'. आनंदात दोघं वाड्यावर परतले आणि त्यानंतर मात्र एक जीवघेणी आशा नानीला सततची लागून राहिली. ह्या खेपेला नाही. बरं पुढल्या खेपेला- नुसती वाट बघणं. केव्हा एकदा काहीतरी जादू होणार आहे आणि मी आई होणार आहे, ह्याच विचारांत नानी राहू लागली आणि त्याच वेळेला नाना मात्र त्या अफाट शक्तीसमोर – नियतीसमोर – लीन होऊ लागला. सायन्स काय करू शकणार? काहीच नाही. नियतीपुढे काहीच नाही...

काळ 'आशा' लावतो आणि निराशा झाल्यावर 'काळच त्याचं औषधही' बनतो. देशमुखांच्या वाड्यात पाळणा हलणार नाही, हे आता संपूर्ण गावासकट त्या वाड्यानेही स्वीकारलं होतं. देशमुख थकत चालले होते. नानाने आता बरीच जबाबदारी उचलली होती. देशमुख क्वचितच बाहेर पडत. सर्व व्यवसाय सांभाळूनही नानाचा अभ्यास मात्र चालूच होता.

एक दिवस अचानक माई माहेरी आली. दिवसभर नुसती घुम्यासारखी बसून राहिली. रात्री शेवटी तिचं मौन सुटलं. तिच्या यजमानांना जुगाराचा नाद लागला होता. सहज गम्मत म्हणून कधीतरी मित्रांबरोबर पत्ते खेळायला बसले आणि हळूहळू त्याचं व्यसनच जडलं. इतकं की कर्जबाजारी व्हायची वेळ आली. काय करावं हे माईला उमजेनासं झालं, तेव्हा ती माहेरी आली. नानाने लगेचच तिची पत्रिका बघायला सुरुवात केली.

''माई, तुला हा काळ जरा कठीणच आहे. अजून चार-पाच वर्षं तरी! पण नंतर मात्र सगळं सुरळीत होईल.''

''तोपर्यंत हिनं काय करायचं?''

''ही काही वर्षं तिला सहन करावी लागणारच, आबा. पत्रिकाच...''

''पण त्यामुळे तिचा प्रश्न काही सुटत नाही.''

नानी म्हणाली,

''मी सांगू का एक?''

''सांग, पोरी.''

''सासूबाई. ह्यासाठी माईवन्संनीच खंबीरपणं उभं राहायला हवं. चार-

पाच वर्षांनंतर काय व्हायचं असेल ते होईल. माईवन्संना तुम्ही उत्तम शिक्षण दिलेलं आहेत. त्यांच्याकडे मुलांना शिकवण्याची हातोटी आहे. चक्क घरातल्या घरात शिकवण्या सुरू कराव्यात. मिळणारा पैसा बँकेत ठेवावा. गरजेपुरताच खर्च करावा. एकही पैसा जावईबापूंच्या व्यसनासाठी खर्च होऊ नये. म्हणून ही काळजी घ्यावी आणि माईवन्सं, अडीअडचणीला आपण सर्व आहोतच. हो ना?''

माईला आधार वाटला. एक तऱ्हेचा आत्मविश्वास मिळाला. कष्ट करायला तिची ना कधीच नव्हती, शिवाय चार-पाच वर्षांनंतर सर्वच छानही होणार होतं. तिला हाही एक मोठा आधार वाटला.

नानीला माईची काळजी वाटत होती. बोलायला सर्व सोपं होतं; पण कृती त्या करू शकतील का? रात्री खोलीत आल्यावर नाना पुन्हा पत्रिका घेऊन बसलेले बघून नानीने विचारलं.

''काय चाललंय?''

''माईची पत्रिका बघतोय. कुठल्या कारणास्तव तिला हा त्रास सहन करावा लागतोय ते बघतोय.''

''त्याने काय होणार आहे? त्रास आहेच ना. मग तो कशामुळे का असेना. आत्ता असं बघायला हवं की माईवन्सं ह्या परिस्थितीला कशा सामोऱ्या जातात.''

''अग, पण जरा सर्वसाधारणपणे किती काळ आपली अशी परिस्थिती राहाणार आहे, हे कळल्यावर माणसाची मानसिक तयारी होते. सर्व पूर्ववत होईल, ही भावनाही दिलासा देतेच.''

''हा काळ चार-पाच वर्षांचा आहे म्हणून ठीक. दहा-बारा वर्षांचा असता तर त्यांनी धीरच सोडला असता; त्याचं काय?''

''तुला काय म्हणायचं आहे?''

''इतकंच, की आत्ताचा क्षण महत्त्वाचा. हा क्षण तरून जा. ह्या क्षणी जर हाय खाल्ली तर पुढले क्षण हरवलेच. ह्या क्षणी उभं राहण्यासाठी जी कृती करणं आवश्यक आहे. ती केली गेली पाहिजे.''

''म्हणजे ही विद्या फुकटच गेली का?''

''फुकट का म्हणून? ही विद्या तिच्या जागी योग्य; पण त्या भरंवशावर माणसाने राहू नये. जीवन सुसह्य होण्यासाठी कष्ट करणं जरुरी आहे, हे ज्या माणसांना कळत नाही, त्यांच्या जीवनाला अर्थ नाही.''

नानाला नानीचं परखड बोलणं आवडायचं; पण ते फक्त ऐकण्यापुरतं. ते, त्यांना जे योग्य वाटेल – तेही अर्थातच पत्रिकेच्या सहाय्याने – तसंच करीत! माई आली तशी निघून गेली. अधुनमधून तिच्या हकिकती कळायच्या.

हळूहळू सर्व मार्गी लागत होतं.

सर्व मार्गी लागत होतं असं म्हणे म्हणे तो...

सांजवेळ होती. तुळशीवृंदावनापाशी दिवा लावून नानी घरात आली. देशमुख झोपाळ्यावर बसले होते. सासूबाई भाजी चिरत होत्या. नानी स्वैंपाकघरात काही काम करायला सुरुवात करते ना करते तो सासूबाई अचानक ओरडल्या आणि नानी धावली. देशमुख तिथल्या तिथे कलंडले होते.

वाडा, देशमुखांचा झोपाळा एकदम सर्व सुनसान झालं. ही सुतकी कळा पुढे चार-पाच महिने राहिली. सासूबाई एकदम गप्प गप्प होऊन गेल्या.

नानीला हे सर्व असह्य होत होतं. त्या हसत्या-बोलत्या व्हाव्यात ह्यासाठी तिचा खटाटोप चालू असायचा. एका रात्री ती नानांजवळ जाऊन बसली.

"काय चाललंय?"

"नेहमीचंच."

"त्यात आता काही बदल करा. जरा घरातही लक्ष असू द्या."

"माझं लक्ष नाहीये का?"

"तर काय? सासूबाईंकडे बघितलंत का?"

"तिला एकटं वाटणं अगदी स्वाभाविक आहे; पण हे असं होणं म्हणजे आबांचा मृत्यु अटळ होता."

"कुणी ना कुणी अगोदर मरणारच. जोडीदाराची संगत, ही फक्त त्या क्षणापर्यंतची असते. पुढे दोहोंपैकी कुणाच्या तरी एकाच्या वाट्याला एकटेपण येणार हे सर्वांनीच गृहीत धरलेलं असतं; पण तसं गृहीत धरणं आणि प्रत्यक्षात एकटं पडणं, ह्यात जमीन-अस्मानाचा फरक आहे. मला बघवत नाही त्यांना अशा मन:स्थितीत! त्यांनी पुन्हा पूर्वीप्रमाणे वावरायला हवंय ह्या घरात! आणि मी तरी कशी कमनशिबी. त्यांचं मन रमायला हवं असं म्हणते; पण त्यासाठी एखादं नातवंडंही देऊ शकले नाही. आबांनाही निराश केलं आणि ते गेले."

"त्यांच्या मृत्यूचा आणि त्यांना नातवंड नसल्याचा काहीही परस्पर संबंध नाहीये. हे असं काहीतरी घडणार आहे, हे मला आधीपासूनच ठाऊक होतं. आबांच्या पत्रिकेप्रमाणे हा काळ जरा कठीणच होता."

"ह्याचा अर्थ. तुम्हाला आधीच सर्व माहिती होती. तुम्ही तुमच्या मनाची तयारी त्याच दिवशी केली होतीत, जेव्हा आबांची पत्रिका बघितलीत."

"हो."

"मग तर तुम्ही तुमच्या दु:खालाच मुकलात. एखादी व्यक्ती जर आजाराने त्रासलेली असेल, तर तिचं मरण हे अपेक्षितच असतं. त्या व्यक्तीचे जे

हाल होतात त्यातून ती सुटली, असंच सर्वजण म्हणतात; पण हा असा अचानक, अनपेक्षित मृत्यु? त्याचा धक्का, ते दुःख वेगळंच. हवंहवंसं वाटणारं. माणूस अचानक नाहीसं होतं, तेव्हा माणसाच्या शक्तीपलीकडच्या त्या शक्तीची आठवण येते. माणसं त्या शक्तीची खेळणी आहेत हे पटतं. म्हणूनच माणसांना त्यांचं खुजेपण समजतं. हे समजणं हेसुद्धा एक प्रकारचं ज्ञान आहे, हे तुमच्यासारख्या माणसांना कधीच कळणार नाही. तुम्ही निर्भेळ, अचानक मिळालेला आनंद-सुख उपभोगू शकत नाहीत तसंच दुःखही!''

''मेघा.''

''नको. मला जाऊ दे. मी अशा मनःस्थितीत एक क्षणभरही इथे थांबणार नाही.''

''मेघा, बस. तुझं चिडणं स्वाभाविक आहे; पण तुझा आणि माझा दृष्टिकोन वेगळा आहे. मी केवळ एक अभ्यास म्हणून सर्व पत्रिका बघतो. काही नवनवीन शिकता येतं. त्याचा उपयोग खरंच कुणा गरजवंताला एक मार्ग दाखवण्यासाठी होतो. ज्या वेळेला मी आबांची पत्रिका बघितली आणि मला त्यांचा धोक्याचा काळ जाणवला, तेव्हापासून त्यांना जास्तीत-जास्त आराम मिळेल, ते आनंदात राहातील, त्यांच्या सर्व इच्छा पूर्ण व्हाव्यात, ह्याच तऱ्हेने मी वागत आलो. तूही प्रथमपासूनच त्यांना आणि संपूर्ण घराला सांभाळलंस. तुझं दुःख तू पचवलंस. ह्या समाजात मूल नसलेल्या स्त्रीला जे काही क्लेष सहन करायला लागतात ते तू हसतमुखाने, विनातक्रार सहन केलेस. मी कायमचा तुझा उतराई आहे.''

''असं नका हो बोलू. चुकलं माझं.''

सासूबाईंचा धीर खचला तो खचला. देशमुखांपाठोपाठ आठ महिन्यांच्या अंतराने त्याही निवर्तल्या. वाडा अजूनच शांत झाला. नाना-नानी पोरके झाले. नाना एकदा का शेतावर गेले की नानीला एकटं वाटायचं. रिकामा वेळ खायला उठायचा. नानाला हळूहळू नाव मिळायला लागलं. उत्तम ज्योतिषी म्हणून त्यांची ख्याती व्हायला लागली. कुठून कुठून माणसं त्यांच्या पत्रिका नानांना दाखवायला म्हणून घेऊन यायची. रिघ लागायला लागली. शेवटी नानी म्हणायची, ''आता, आज पुरे!''

एवढा मोठा वाडा आणि इनमीन दोन माणसं. नानीने घरगड्याला, सखारामला – सहकुटुंब वाड्यातच राहायला लावलं. ती जातीने त्याच्या दोन्ही मुलांच्या शिक्षणाकडे लक्ष देऊ लागली. त्यांच्या शाळेत जाऊन, त्यांच्या गुरुजींना भेटून त्यांच्या प्रगतीची माहिती करून घेऊ लागली. मोठ्या

शाळेला लागूनच बालक मंदिर होतं. ती लहान लहान बछडी बघून नानीचे पाय तिथे रेंगाळायचे. एक दिवस मनाशी काही ठरवून नानी बालक मंदिरात गेली. तिथल्या बाईंशी तिचं बोलणं झालं आणि नानी रोज दुपारची बालक मंदिरात जाऊ लागली. तिला नवं जीवन मिळालं. त्या उमलत्या उत्साहात, रसरसलेल्या कोवळ्या जीवांनी तिला वेड लावलं. त्यांचे हट्ट, त्यांची भांडणं, खदखदून हसणं आणि तारस्वरात रडणं. नानी बहरून गेली.

दर वर्षी मंदिरात नवी-नवी मुलं यायची. रवीला बघून नानी हरखून गेली. इतकं सुंदर रुपडं? गोबरे गाल, अगदी सफरचंदासारखे, कुरळे केस, कोवळे मक्याच्या कणसासारखे दात! रवी नानीच्या गळ्यातला ताईत झाला. खोपकर कुटुंब नुकतंच गावात राहायला आलं होतं. नानीची आणि उमाची लगेचच जवळीक झाली ती रवीमुळेच. शाळा सुटली की रवी नानीबरोबर सरळ वाड्यावर जायचा. त्याचे सर्व लाड नानी पुरवायची. मग उमा वाड्यावर जायची. रवी नानीला सोडायला तयार नसायचा. कशीबशी त्याची समजूत घालून उमा त्याला घेऊन जायची. कुणाला वाटावं, रवीची खरी आई उमा नसून नानीच असावी!

दिवस, वर्षं मजेत सरत होते. नानांचे केस करडे व्हायला लागले. सर्व राशीचक्रांतून, ग्रहताऱ्यांतून त्यांनी त्यांच्या जीवनाची पन्नाशी पार केली. नानीही आता जरा थकत चालली होती; पण रवीमुळे तिचा जीवनातला रस कायम राहिला होता.

एक दिवस उमाला दारात बघून नानीने तिचं स्वागत केलं.

"ये ग, उमा. बैस."

"नाना आले नाहीत अजून?"

"काय काम काढलंस त्यांच्याकडे?"

"रवी आता आठ वर्षांचा आहे. आम्हाला त्याची मुंज करायची आहे. नानांना विचारायचं होतं त्याबद्दल."

"सांगतील ना. पत्रिका आणल्येस का?"

"हो."

"येतीलच एवढ्यात. तोपर्यंत चहा ठेवते."

नाना आल्यावर त्यांनी रवीची पत्रिका बघितली.

"छान. उत्तम! जानेवारीच्या २१ तारखेला उत्तम मुहूर्त आहे. सकाळी दहा वाजून बारा मिनिटांनी."

"नाना, पत्रिका बघताच आहात, तर अजूनही काही सांगता का?"

"सांगतो. तूळ राशीचा आहे रवी. खूप नाव कमवेल. उत्तम शिक्षण, प्रकृती दणकट! छान ग्रहमान आहे. काळजी नको."

उमा समाधानाने गेली. मुंजीची तयारी करायला भरपूर अवधी होता. गावभोजन घालायचं. दणका उडवून द्यायचा!

दोन दिवस रवी आला नाही, नानी अस्वस्थ झाली. असं आत्तापर्यंत कधीच झालं नव्हतं. न रहावून नानी उमाच्या घरी गेली. रवीची चौकशी करायला.

"नानी, रवी गेलाय शाळेच्या सहलीबरोबर."

"अग. पण तो तर आज गेला. काल-परवा काय झालं होतं त्याला? अजिबात फिरकला नाही. नानापण वाट बघत असतात हल्ली त्याची."

"सगळी धावपळ आणि दंगामस्ती चालू होती. हा हैदोस! मित्रांकडे जाणं. कोण कोण काय डबा आणणार ह्यावर चर्चा! कॅप हवी, वॉटर बॅगमध्ये सरबत हवं. वेफर्स हवेत. एक ना दोन. कालची रात्र तर जागरणातच गेली. साडेचारलाच उठून बसला."

"कधी यायची सहल परत?"

"संध्याकाळी सहा वाजता सर्व पालकांना शाळेत बोलावलंय."

"बरं, मी निघते आता. आला की धाड हो घरी. दोन दिवस दिसला नाही तर चैन पडेना."

नानी घरी आली. नाना, सखाराम शेतावरून परतले. चहा होतोय न होतोय तोच सखारामचा मुलगा धावत घरी आला. "बाबा-नाना-नानी लवकर, लवकर चला शाळेत."

"काय झालं?"

"शाळेच्या बसला अपघात झालाय. सहलीला गेले होते ना, त्याच बसला. इथेच दहा कोसांवरच्या वळणाशी!"

"काय सांगतोस?"

"खरंच, आत्ताच जानूशिंपी आलाय शाळेत. तो त्याची एक ऑर्डर पोचवायला चांद्याला गेला होता. येताना त्याला दिसला अपघात. जवळ जाऊन बघतो तर आपली शाळेची बस आणि एक मोठा ट्रक एकमेकांवर टक्करलेले. पार चक्काचूर झालाय. वर्दी द्यायला तो सुसाट शाळेत आला. मी भेटलो त्याला तर ओक्साबोक्शी रडत होता, थरथरत होता, खूप घाबरला होता. चला लवकर!"

शाळेतल्या अंगणात पालकांची एकच गर्दी झाली होती. नानी उमाला

शोधत शोधत तिच्यापर्यंत कशीबशी पोहोचली. भीतीने-चिंतेने सगळ्यांचेच चेहरे काळवंडले होते. नाना सखारामला घेऊन अपघातस्थळी गेले होते. चार तास लोटले; पण अजूनही कुणीच परतून आलं नव्हतं. आजूबाजूच्या गावातली माणसं मदतीसाठी जमा होत होती. तब्बल सहा तासांनंतर पहिली ॲम्ब्युलन्स शाळेत पोहोचली आणि एकच आक्रोश झाला आणि नंतर आक्रोश वाढतच गेला, वाढतच गेला.

नाना गेले पंधरा दिवस सुन्न होऊन बसले होते. त्यांनी आणि नानीने घरचा उंबरठाही ह्या दिवसांत ओलांडला नाही. नानांच्या डोळ्यांसमोरून ती अपघाताची जागा आणि वेडीवाकडी पडलेली ती चिमुकली मुलं हलत नव्हती. जी मुलं शुद्धीत होती, त्यांचे त्या वेळचे आक्रोश आजही नानांच्या कानात घुमत होते. आणि नानी? तिचा रवी? हरवला. कायमचा. कुठे? कसा? का? प्रश्न नकोसे झाले. कारण त्यांना उत्तरं नव्हती.

आणि अचानक झंझावात याचा तशी उमा वाड्यात शिरली.

"नाना, मला उत्तर हवंय!"

"तुम्ही गप्प का आता? तुम्ही सांगितलं होतंत ना, खूप उज्ज्वल भविष्य आहे रवीचं, खूप शिकणार आहे. मग कुठे आहे तो रवी? इतके वर्षं पत्रिका बघताय ना? कळलं नाही का तुम्हाला की मधे काही विघ्नही आहेत. सांगितलं असतंत तर पाठवलं नसतं त्याला सहलीला. का केलंत असं? कुणाची मुंज करू आता? उत्तम मुहूर्त होता ना २१ जानेवारीला? बंद करा, बंद करा हा खेळ. हे पत्रिका बघणं, लोकांना गोड आशा लावणं, खोटं आहे हे – सर्व खोटं!"

ज्या त्वेषाने उमा आली, त्याच त्वेषात निघून गेली फडाफड फटाके फुटावेत आणि नंतर एकदम सन्नाटा व्हावा तसा वाडा झाला. नाना रडताना बघून नानी हबकल्या. त्यांच्या पाठीवरून हात फिरवत राह्यल्या.

नानांनी पत्रिका बघणं सोडून दिलं. गेल्या सहा महिन्यांत कित्येक जण येऊन गेले; पण नानांनी पंचांगाला स्पर्शही केला नाही. त्यांना तसं बघून नानीचा, सखारामचा जीव वरखाली व्हायचा. ज्योतिषशास्त्राबद्दलची नानांची ओढ नानीला माहीत होती. त्यांनी केलेला अथक अभ्यास, परिश्रम नानींनी अगदी जवळून बघितले होते. नानांनी असं राहून चालणार नाही.

नानी शांतपणे उठली. तिने देवाजवळ दिवा लावला आणि ती नानांसमोर येऊन बसली.

"काही बोलायचं आहे."

"हं!''

"असे किती दिवस नुसतंच रिकामं बसून राहणार?''

"मग आता ह्या वयात दुसरं काय करणार?''

"आधी काय करत होतात?''

"ते तर तुलाही माहीत आहे.''

"मग तेच पुन्हा सुरू करायचं.''

"कशासाठी आता? उमेद राहिली नाही.''

"नाउमेद होऊन कसं चालेल? माणसाच्या आयुष्यात वादळं येत नाहीत का? त्यातूनही माणसं निभावतात, जगण्याचं नाकारत नाहीत.''

"माझ्यात हे असं जगणं स्वीकारण्याचं बळ नाही.''

"हा तर पळपुटेपणा झाला आणि ज्योतिषी– तुमच्यासारखे नावाजलेले– पळपुटे... असता कामा नयेत, नाहीतर ह्या सर्वसामान्य माणसांनी आधार कुठे शोधायचा? आपत्तीकाळी धाव कुठे घ्यायची? धीराने जगायला, पुढे चांगलं होणार आहे, अशी आशा कुठून मिळवायची?''

"हे तू बोलत्येस?''

"हो, मीच. कारण तुमच्या शब्दांचा आधार हवा आहे सगळ्यांनाच! बघितलं नाहीत, गेल्या सहा महिन्यांत किती माणसं येऊन गेली? कारण त्यांचा तुमच्यावर, तुमच्या शास्त्रावर, ज्ञानावर विश्वास आहे.''

"उमा काय म्हणाली ते ऐकलंस ना?''

"हो. ऐकलं. पण त्याबद्दल मी एकच सांगेन. जर मला असा मुलगा असता आणि माझ्या बाबतीत असं झालं असतं, तर मीही तिच्यासारखीच वागले असते. ती जे काही बोलून गेली ती उमा बोलत नव्हती, एक आई बोलत होती. एक आई, तुम्हाला दोष द्यायला आली होती; कारण तुम्ही रवीचं उज्ज्वल भविष्य वर्तवलं होतंत; पण त्याचं भवितव्य घडवणारी शक्ती वेगळीच होती. उमा त्या शक्तीशी भांडू शकणार नाही. तिची त्या शक्तीपर्यंत पोच नाही, हे तिला माहीत आहे; पण ती तुमच्यापर्यंत पोहोचू शकते. तुमच्यापाशी ती तिचं दु:ख, 'तिच्याच वाटणीला हे का?' हा राग, तिचं अगतिक असणं मांडू शकते. चार सामान्य लोकांपेक्षा तुम्ही वरच्या पातळीवर आहात. इतरांपेक्षा त्या शक्तीच्या जवळ आहात. तुम्हाला ऐकवलं की त्या शक्तीला ते लवकर ऐकू जाईल ह्या वेड्या आशेनं.''

"पण तरीही मी मात्र दोषीच राहतो. माझी साधना खोटी ठरते.''

"अजिबात नाही. तुम्ही निर्दोष आहात. तुमची साधना खरी आहे; कारण तुमची ज्ञानाची तळमळ खरी आहे. हे झालं ते अगदी अनपेक्षित. शास्त्राच्या

पलीकडचं. हा अपघात जर फक्त रवीचाच झाला असता, तर तुमची साधना मीसुद्धा खोटी ठरवली असती; पण तसं नाही झालेलं. एकाच वेळी बत्तीस मुलं गेली. त्यातला एक रवी. कुठलाही विद्वान पंडित ह्या अचानक घडणाऱ्या अपघाताची पूर्वसूचना देऊ शकणार नाही. शास्त्राला पण मर्यादा आहेत. नियतीपुढं कुठलंही शास्त्र तोकडंच पडणार.''

''मी आता काय करू?''

''सांगू? आपण, त्या अपघातात गेलेल्या सर्व मुलांच्या पत्रिका गोळा करू. सगळ्यांच्या जन्मवेळा, जन्मस्थळं वेगळी; पण मृत्यु मात्र एकाच वेळेस. असं काय साम्य आहे त्या पत्रिकांमध्ये ह्याचा तुम्ही शोध लावा. काहीतरी, एखादा तरी धागा सर्व पत्रिकांत सारखा आहे का हे बघा. एक नवा शोध लागण्याची शक्यता नाकारता येत नाही. कुठल्या अंशावर, कुठल्या ठिकाणी ग्रहांची कशी स्थिती एकत्रित होते, तेव्हा त्या जागी असे अपघात होतात, असं शोधण्याचा प्रयत्न करा. मी तुमच्या बरोबर आहे.''

दुसऱ्या दिवशी पहाटेच नाना-नानी अभ्यंगस्नान करून वाड्यातून बाहेर पडले. मंदिरात दर्शनाला गेले आणि नंतर त्यांनी थेट रवीच्या घरचा रस्ता धरला. अपघातात कायमच्या हरवलेल्या मुलांच्या पत्रिका जमविण्यासाठी त्यांनी प्रथम दार ठोठावलं ते रवीच्या घराचंच!

नियती म्हणूनही एक प्रकार असतोच! कधी दिशाहीन करणारा, तर कधी हताश झालेल्यांना दिशा दाखवणारा!

कुणी मला सांगाल?

"मुंबईसारख्या ठिकाणी मी राहू शकेन का हो?"

"का नाही?"

"मी अशी खेडेगावात राहिलेली. आत्तापर्यंत मुंबई नुसती ऐकून आणि टीव्हीवरती बघून माहित्ये. वर्तमानपत्रात जे काही मुंबईबद्दल छापून येते, तेवढंच वाचलंय. प्रथमच बघणार मुंबई. म्हणून जरा भीती वाटते."

"भीती कशाला? मी आहे ना तुझ्याबरोबर."

"तुम्ही तर कामात असणार. एका मोठ्या कंपनीचे मॅनेजर आहात. माझ्यासाठी वेळ कसा असणार?"

"शनिवार-रविवार फक्त तुझ्यासाठी."

"खूप धावपळ असते ना तिथे?"

"घड्याळाच्या काट्यावर मुंबई धावते. प्रत्येक सेकंद महत्त्वाचा."

"गर्दीपण खूप ना?"

"गर्दी शब्द खूप तोकडा आहे. झुंबड म्हण!"

"आणि सुसाट गाड्या!"

"बेफाम!"

"कशी राहणार मी अशा ठिकाणी?"

"होते सवय त्याचीपण. आयुष्याला वेग असतो. तो वेग आपोआपच अंगात भिनतो. जर नाही भिनवता आला, तर माणूस फेकला गेलाच म्हणून समज."

"तुम्ही घाबरवताय मला."

“नाही ग! उलट ओळख करून देतोय मुंबईची.”
“तुम्ही बरीच वर्षं आहात ना मुंबईत?”
“सात-आठ वर्षं तरी झाली.”
“एकुलत्या एका मुलाला आई-बाबांनी इतक्या दूर कसं काय जाऊ दिलं?”
“माझाच हट्ट! एवढं शिकल्यावर गावात राहून काय करणार होतो?” त्यातून नशिबाने जोड दिली. पहिल्याच अर्जावर नोकरी मिळाली. नाही तर किती जणं बेकार बसलेत.”
“नोकरी मिळाली ती तुमच्या हुषारीमुळेच ना?”
“तसंच अगदी नाही. हुषार खूप जणं आहेत, पण बेकार बसलेत.”
“इतकी वर्षं तिथे राहिल्यावर. कुणी तिकडचीच मिळाली नाही बायको?”
“मिळाली असती; पण करावीशी वाटली नाही. मला तुझ्यासारखी साधी सरळ गृहलक्ष्मी हवी होती आणि मी नशीबवान. साधी सरळ बायको तर मिळालीच; शिवाय सुंदरही!”
“चला काहीतरीच !”

मालविका लाजून माझ्या कुशीत शिरली. गाडीने ठाण्याचा बोगदा ओलांडला आणि तिला मुंबईचं प्रथम दर्शन झालं. असंख्य झोपड्या आणि दुर्गंधी!

“बाप रे, किती ह्या झोपड्या? आणि कसला वास हा?”
“आशिया खंडातली सर्वांत मोठी झोपडपट्टी आहे ही.”
“इतकी माणसं, ह्या एवढ्याशा जागेत राहातात तरी कशी?”
“नाईलाजाने.”
मालविकेच्या चेहऱ्यावरचे भाव बघून मी हसायला लागलो.
“अशी भांबावून का जातेस?”
“एवढी माणसं आणि शी. हा वास ! किती घाण आहे इथे.”
“हा मुंबईचा एक भाग आहे. दुसरा भाग बघशील तर हरखून जाशील. इथे खूप श्रीमंत माणसांची जी वस्ती आहे ती तुला दाखवेन. मुंबईने सर्वांना सामावून घेतलंय. श्रीमंत, मध्यम वर्गीय, गरीब असा भेदभाव ती मानत नाही.”

मालविकेला घेऊन मी घरी आलो. माझ्या परीने मी घर सजवून ठेवलं होतं. चाळीतल्या दोन खोल्या घर म्हणून तिला कितपत आवडतील ही शंका होतीच. भीतभीतच मी विचारलं,
“घर आवडलं?”

“हो.”

“लहान आहे ना?”

“पण, ते आपलं आहे.”

“चल, तुला आतली खोली दाखवतो.”

मालविकेला घेऊन मी आत गेलो.

“हे आपलं स्वैंपाकघर.”

“घर छान लावलं आहे.”

“ते तू येणार म्हणून!”

“ह्या चाळीत अशी किती घरं आहेत?”

“प्रत्येक मजल्यावर दहा.”

“तुमची ओळख आहे ना शेजाऱ्यांशी?”

“अर्थातच. इथे सगळेच सगळ्यांना ओळखतात आणि ही नुसती ओळख नसते. कुणाच्या घरात काय चाललंय त्याची सर्व माहिती प्रत्येकाला असते.”

“म्हणजे गावांसारखंच.”

“बरोबर. तुला इथे करमेल ना?”

“का नाही?”

माझं ऑफिसला जाणं सुरू झालं. ऑफिसमधल्या सगळ्यांनी लग्नाचे पेढे मागितले. खुषीखुषीने पेढे वाटले. हळूहळू मालविका रमली. पाणी भरून ठेव, स्वच्छता कर वगैरे दैनंदिन कामात रमली. शेजार-पाजार आपलासा केला. माझी चिंता मिटली. गावातल्या निर्मळ, शांत वातावरणात वाढलेली मालविका मुंबईत घुसमटून तर जाणार नाही ना, हा विचार मनाआड झाला.

गृहलक्ष्मी, लक्ष्मीच ठरली. मला प्रमोशन मिळालं. असिस्टंट मॅनेजरचा मॅनेजर झालो. इतक्या लहान वयात मॅनेजर झालेला असा मी पहिलाच होतो. कंपनीतर्फे राहायला मोठा फ्लॅट, फोन, गाडीही मिळणार होती. मी अतिशय आनंदात घरी पोहोचलो.

“मालविका, आज रात्रीचं जेवण बाहेर!”

“स्वारी खूष दिसत्ये. काय झालं तरी काय एवढं?”

“मी मॅनेजर झालो.”

“काय सांगता? खरंच?”

“हो. खरंच. आणि हे सर्व तुझ्यामुळे.”

“ते कसं?”

“तू माझ्या जीवनात आलीस आणि माझी भरभराट झाली.”

“ती काही माझ्यामुळे नाही. तुमच्या हुषारीमुळे, कष्टांमुळे!”

“तयार हो. आज तुला मुंबईचा अजून एक नजारा दाखवतो.”

समुद्र बघून मालविकेचे डोळे भरून आले.

“रडत्येस?”

“नाही. ह्या भव्यदिव्य दर्शनाने कृतार्थ झाले. कधी काळी समुद्र प्रत्यक्षात बघेन असं वाटलंही नव्हतं.”

“असं का म्हणतेस?”

“एका भिक्षुकाची मुलगी मी. भिक्षुकीवरती घर चालायचं. घरात कुठल्याही ऐहिक गोष्टी नाहीत. टीव्ही बघायचा, तोही शेजारी जाऊन. शिक्षण गावातल्या शाळेत. मॅट्रिक झाले, पण तिथेच शिक्षणाला पूर्ण विराम द्यावा लागला. नशीब उजळलं ते तुम्ही लग्नाला होकार दिलात तेव्हा! नाहीतर माझ्यासारख्या कमी शिकलेल्या मुलीशी तुम्ही जर लग्न केलं नसतं तर आज अशीच कुठल्यातरी खेडेगावात राहात असते.”

“मालविका, मी काहीच नाही केलं. मला आवडलं ते तुझं निष्पाप मन, साधा सरळ स्वभाव, तशीच तुझी राहाणी आणि तुझं प्रेम. ह्या विशाल समुद्रासारखं.”

लोखंडवाला कॉम्प्लेक्समध्ये कधी काळी मी राहायला जाईन असं कुणी मला सांगितलं असतं, तर त्याला मी वेड्यात काढलं असतं; पण खरंच मी राहायला लागलो. चार प्रशस्त खोल्या, आधुनिक फर्निचर, फोन, सर्व सुखसोयींनी परिपूर्ण! दारात शोफरसकट गाडी! अजून काय हवं?

ह्या भव्यतेला मालविका बिचकली. सारखी रट लावली तिने,

“आईबाबांना इथे बोलवून घेऊ या ना ! चाळीपेक्षा इथं वेगळंच वाटतंय. तिथे सतत जाग असायची. इथं तसं होत नाही.”

“ही फ्लॅट सिस्टिमची गैरसोय. चाळीत एकांत मिळत नव्हता आणि इथं नको असलेला एकांत लादला जातो. आजच पत्र लिही आणि आई-बाबांना बोलावून घे.”

“तुम्ही पण जरा लवकर येत जा घरी.”

“ते मात्र कठीण आहे. माझी जबाबदारी वाढली आहे. तू असं का नाही करत? पुढे शिक ना!”

“ह्या वयात? कुठे कॉलेजला जाणार?”

“कॉलेज नको. पण कॉरसपाँडसने पुढे शिकता येतं!”

“म्हणजे?”

"कॉलेजला न जाता युनिव्हर्सिटीतून डायरेक्ट शिकायचं. परीक्षा द्यायची.''

"मला आवडेल.''

"मी सर्व चौकशी करतो.''

"मला भाषा शिकायला आवडेल.''

"ठीक आहे. तू बी. ए. कर !''

"पण तोपर्यंत काय करू?''

"कॉलनीतल्या बायकांशी मैत्री कर. एखादं मंडळ आहे का बघ. जायला लाग!''

कॉलनीतल्या भिशी मंडळात मालविका जायला लागली. हळूहळू तिच्या ओळखी वाढल्या. तोपर्यंत फोनचं कनेक्शनही मिळालं. ती रमत होती. सोमवारी सकाळपासूनच जरा गडबड चालू होती तिची. कॉलनीतला भिशीचा ग्रुप आज आमच्याकडे जमणार होता. ऑफिसमधून यायला मला आठ-साडेआठ झाले.

"काय? कशी काय झाली भिशी?''

"ठीक झाली.''

"का बाईसाहेब, मूड नाही वाटतं!''

"तुम्हाला चांगली शहरातली हुषार मुलगी मिळाली असती बायको म्हणून!''

"हे काय नवीनच?''

"मी अशी गावंढळ! ह्या कॉलनीतल्या मॉड बायकांपुढे माझा निभाव लागत नाही.''

"कुणी काही बोललं का?''

"सरळ सरळ कोण बोलणार? पण मला समजत होतं. गालातल्या गालात हसत होत्या. मी केले एवढे पदार्थ, पण कुणी हातही लावला नाही. मला नाही जमणार त्यांच्यात!''

"रडू नकोस. नाही जमणार तर सोडून दे आणि मला अशीच गावंढळच बायको हवी होती. समजलं? ए, हे बघ. तुझ्यासाठी एक गम्मत आणली आहे. हे बारावीचे फॉर्म्स. तू ते भरून टाक. तुझा अभ्यास सुरू होईल. मग तुला कुठलं मंडळ नको की कुठली भिशी नको.''

"खरंच?''

"हो. पण तुला क्लासला जावं लागेल.''

"तो कुठे आहे?''

"स्टेशनजवळ.''

"जाईन की! कधीपासून?"

"पुढल्या सोमवारपासून आणि आई-बाबांना पत्र लिहिलंस?"

"हो."

"उद्या आठवणीने मला दे. मी पोस्ट करेन."

"हॅलोऽ"

"मालविका, मी बोलतोय. काय चाललंय?"

"टीव्हीवर खानाखजाना कार्यक्रम आहे. तो बघत्ये."

"म्हणजे आज नवी डिश का?"

"अगदी नक्की."

"मला यायला जरा उशीर होणार आहे आज. तू संध्याकाळी काय करशील?"

"माझी नको काळजी. मला देशमुखांकडे हळदीकुंकवाला जायचंय."

"बरं तर!"

आई-बाबा आले आणि घर एकदम भरून गेलं. मीही दोन दिवस रजा घेतली. आम्ही सर्वांनी आख्खी मुंबई पालथी घातली. पंधरावीस दिवस राहून आई-बाबा गावी गेले. त्यांना इथं चैन पडत नव्हतं. इथं बोलायला कुणी नाही. कामं काही नाहीत. शिवाय त्यांची गावाकडची कामं खोळंबली होती.

"खूप रिकामं रिकामं वाटतंय. चैन पडत नाहीये."

"असं थोडंसं होणारच. पण तुझाही क्लास सुरू झालाय. अभ्यास आहे."

"जे मला नीट कळणार नाही. ते तुम्ही शिकवाल ना?"

"नक्की."

"मी खूप शिकणार. ग्रॅज्युएट होईन. त्यानंतर कॉम्प्युटरही शिकेन."

"मग तर तुला ताबडतोब नोकरीची ऑफर येईल. दिसायला सुंदर, शिवाय हुषार - कंपनीवाले म्हणतील, 'प्लीज जॉईन अस्'!

"थट्टा करताय!"

"नाही बाईसाहेब, मनापासून सांगतोय!"

"मी नोकरी केलेली चालेल तुम्हाला?"

"खरं तर नाही. घरातली बाई एकदा का व्यवसायानिमित्त बाहेर पडली, की घराचं घरपण हरवतं."

"सहज विचारलं. मला नोकरीची आवड नाही."

"फोन वाजला का? एक मिनिट हं- हॅलो - हॅलो... !"

"कोण होतं?"

"माहीत नाही. फोन कट झाला."

"तुम्हाला सांगायचं राहिलं. हल्ली बरेच वेळा असे फोन येतात."
"कधी?"
"दुपारचे हॅलो हॅलो असं मी म्हणत राहाते. पण कुणी उत्तरच देत नाही."

बऱ्याच दिवसांनी कधी नव्हे तो आज सर्व कामांतून लवकर मोकळा झालो. अचानक घरी लवकर आलेलो पाहून मालविका खूष झाली.
"आज बाहेर जाऊ या? समुद्रावर?"
"यस बॉस!"
"बॉस? कुणी ऐकलं तर हसेल."
"अजिबात नाही. घरची बॉस तूच. तू आज्ञा करायचीस आणि मी ती पाळायची!"
"असं? ठीक तर. राणी सरकारांना सागरविहाराची इच्छा झाली आहे. तातडीने पूर्ण केली जावी!"
"जशी आज्ञा!"
"फोन? तुम्हीच घ्या."
"हॅलो - हॅलो हे ब्लँक कॉल्स चालूच आहेत?"
"हो. पण हल्ली तो हं - हं - असं म्हणायला लागलाय."
"जाऊ दे. निघूया ना?"
"हो?"
मालविकाला घेऊन बाहेर तर पडलो, पण उगीचच ते हं - हं - मनात घोळत राहिलं. दुसऱ्या दिवशी ऑफिसमध्ये पोहोचल्या पोहोचल्या तिला फोन केला.
"हॅलो - मी बोलतोय. काय चाललंय?"
"अर्थशास्त्राच्या नोट्स लिहित्ये."
"छान वाटतंय ना हे सर्व अभ्यासताना!"
"खूपच. फक्त काळजी वाटत्ये. इतकी वर्षं मध्ये गेल्येत. आता हा अभ्यास मला जमेल ना? पास होईन ना?"
"नक्की. बरं अजून काही?"
"तसं खास काही नाही. ते हं... हं... चालूच आहे."
"तू काही बोलत जाऊ नकोस. फोन ठेवून देत जा."
"तसंच करते; पण तरी हे त्रासदायकच आहे."
"बघू. करू काही तरी."

कंपनीला दहा वर्षं झाली म्हणून ऑफिसमध्ये पूजा होती. मालविका

इतकी छान दिसत होती! तो गर्द निळा रंग तिला उठून दिसत होता. साधीशीच वेणी, त्यावर भरघोस गजरा, ठसठशीत कुंकू, हातात चुडा! सगळ्यांच्या नजरा तिच्याकडे पुन्हा पुन्हा वळत होत्या.

दुसऱ्या दिवशी बॉसने मला बोलावून घेतलं,

"यस् लकी चॅप! कुठे भेटली तुला एवढी निरागसता? सांभाळ तिला. काळजी घे माझ्या स्वीट लिटिल डॉटरची !"

केबिनमध्ये आलो आणि लगेचच घरी फोन लावला.

"मी बोलतोय. मालविका, तुला एक गोष्ट सांगायची आहे. माझ्या बॉसने तुझं कौतुक केलं आणि तुला चक्क त्यांनी मुलगी मानलंय."

"अहो, मी तुम्हाला आत्ता फोन करणारच होते."

"का? काय झालंय? आवाज असा घाबरल्यासारखा का आहे?"

"अहो, तो तो फोन. तो माणूस आज बोलला."

"काय बोलला?"

"म्हणाला की, मी काल खूप छान दिसत होते."

"हलकट्! अजून काय म्हणाला?"

"मी फोनच कट केला. मला भीती वाटत्ये. कारण नंतर पुन्हा दोनदा त्याने फोन केला आणि पुन्हा हं... हं... सुरू केलं. मी काय करू? तुम्ही या ना लवकर."

"हे बघ, मी येतो. तू घाबरू नकोस; पण मला घरी पोहोचायला निदान तास-दीड तास तरी लागणारच. तू आता फोन वाजला तरी घेऊ नकोस. मी निघतोच."

नाईलाजाने सर्व काम अर्धवटच टाकलं. बॉसकडे गेलो. त्याला हे फोनप्रकरण सांगितलं. त्यानेही लगेचच जायची परवानगी दिली. पुरता काळजीत पडलो होतो. घरी पोहोचेपर्यंत बरेच विचार केले. घरात कॉलर-आयडी बसवून घ्यावा. लगेचच एम्. टी. एन्. एलला तसा अर्ज करायचा हे ठरवूनच टाकलं. घरी पोहोचलो.

"पुन्हा फोन आला होता?"

"बेल वाजत होती. मी घेतला नाही."

"त्या माणसाचा आवाज कसा होता?"

"घोगरासा."

"मला वाटतं कुणीतरी ओळखीचाच असावा."

"हो, नक्कीच. तुम्ही गेलात की फोन यायला सुरुवात होते."

"तू क्लासला जाताना किंवा मार्केटिंगला जाताना कुणी एखादा चेहरा वरचेवर बघितला आहेस का?''

"माझं कधी कुठे लक्ष नसतं.''

"ह्यापुढे जरा सावध राहात जा.''

"त्यामुळे काय होणार? फोन करणारा हाच माणूस, असं तर म्हणू नाही शकणार आपण.''

"तेही खरंच.''

डोक्यात एक विनाकारण भुंगा सुरू झाला. मालविका घाबरून गेली होती. मी अस्वस्थ झालो होतो आणि असहाय्यसुद्धा!

ऑफिसला जायला निघालो तर मालविका रडवेली झाली.

"काळजी करू नकोस. तो फक्त फोनच करतो ना! आपण दुर्लक्ष करायचं. त्रास करून घ्यायचा नाही. उत्तर तर अजिबात द्यायचं नाही. तुझ्याकडून काहीच प्रतिसाद मिळत नाही म्हटल्यावर कंटाळून फोन करायचं सोडून देईल.''

"पण तोपर्यंत?''

"काही होणार नाही. मी आहे ना! मला ऑफिसमध्ये लगेच फोन कर.''

"तुम्ही नाही गेलात तर चालणार नाही का?''

"हिम्मत ठेव. मी किती दिवस घरात बसून राहू शकेन? शेवटी मलाही काही बंधनं आहेत, जबाबदाऱ्या आहेत. त्या टाळता येतील का?''

"नाही.''

"मग निघू मी?''

"हो.''

रोजच ऑफिसमध्ये पोहोचल्याबरोबर घरी फोन करत राहिलो.

"मी बोलतोय. काही प्रॉब्लेम?''

"अजून तरी नाही.''

"तू व्यवस्थित खाऊन घे. दार आतून लॉक करून ठेव.''

"तशी मी आता बरी आहे.''

"ठेवतो फोन हं!''

"हो.''

मधे सात-आठ दिवस गेलेत. फोन येणं बंद झालंय. मालविकाही आनंदी दिसायला लागली. बारावीचा अभ्यास जोरात सुरू झालाय. सर्व ठीक झालं. एके दिवशी सकाळी मालविका एकदम जवळ आली. म्हणाली,

"काही तरी गडबड झाली."

"कसली?"

"डॉक्टरांकडे खात्री करून घ्यायला जायला हवं."

"खरंच? आजच जाऊ. देशमुखबाईंकडे चौकशी करू. जवळपास कुणी गायनॅक डॉक्टर आहे का विचारू. मी लवकर येतो आज."

न्यूज, गुड न्यूज ठरली.

"चला, सेलिब्रेट करूया!"

"अहो, अजून पुष्कळ वेळ आहे."

"तरीही!"

"तुम्ही ऑफिसमधून आलात आणि लगेचच आपण डॉक्टरांकडे गेलो. थकला असाल. आराम करा."

"नाही, राणीसरकार. आराम तुम्ही करायचा आता. बाहेर जाऊ जेवायला. काय खावंसं वाटतंय?"

"काही तरी गोड."

"चला. आजच आई-बाबांना पत्र लिहितो. ताबडतोब बोलवूनच घेतो."

"ते कसे येतील ह्या दिवसांत? शेतीची कामं नाहीत का?"

"हो, पण पत्र तर पाठवतो."

मग मला एक चाळाच लागला. दोनदोन तासांनी घरी फोन करत राहण्याचा! मी आत्तापासूनच त्या निरागस, कोवळ्या जीवाची वाट बघायला लागलो. ऑफिसातही सर्वांपासून माझी ही उत्सुकता लपून राहू शकली नाही. दिवस मजेत जात होते. जास्तच उत्साहाने कामालाही लागलो. कामात इतका गुंतून गेलो होतो की बराच वेळ वाजणारी फोनची बेलही ऐकू आली नाही.

"हॅलो!"

"अहो, किती वेळ फोन उचलायला?"

"का? काय झालं?"

"आज, आज फोन आला. तोच, तोच होता."

"काय म्हणाला?"

"काही नाही. पण, मी आता जास्तच छान दिसते असं म्हणाला..."

"तू शांत हो. मी उद्याच काही तरी बंदोबस्त करतो. शांत रहा हं. नाहीतर देशमुखांकडे जातेस का?"

"नको. तुम्ही शक्य होईल त्याप्रमाणे या लवकर!"

"येतो."

ऑफिसमध्येच एम्. टी. एन्. एल्.ला पत्र लिहिलं. कॉलर आय. डी. सुरू करण्यासाठी तसा एक फोनही विकत घेतला. घरी पोहोचलो.

"कशी आहेस तू?"

"ठीक आहे. चहा आणते हं."

"नको. राहू दे. मी करतो. तूही घे."

"हं. बोल."

"काय बोलू?"

"असं का करतेस? कोण एक फडतूस माणूस फोन करतो नी तू उदास होऊन बसतेस. आता तू हसतमुख असायला हवीस."

"समजतंय मला. पण काय करू? असलं काही ऐकायची सवय नाही. गावात कधी कुणी असा त्रास दिला नाही."

"गावातली गोष्ट निराळी."

"पण का फोन करतो तो? मी तर कॉलनीतसुद्धा कुणाच्यात नसते. माझा अभ्यास, घर, तुम्ही एवढ्यात मी खूप तृप्त आहे आणि आता तर आई होणार आहे. इतकं सगळं छान आहे. मी कधी कुणाचं वाईट केलं नाही. का हा त्रास देतो मला? आत्ताशी कुठे आठच महिने झाले मला मुंबईत येऊन. नंबर तरी कुठून मिळाला त्याला?"

"नंबर शोधून काढणं सोपं आहे. डिरेक्टरी आहे. हेल्प लाईन आहे. आपला पत्ता नाव दिलं की माहिती मिळते."

"पण त्याला माझं नाव कसं काय माहीत असणार?"

"बिल्डिंगमध्ये तळमजल्यावर सर्वांचे ब्लॉक नंबर आणि नावं नाहीयेत का लिहिलेली?"

"म्हणजे त्याला आपलं घरही माहीत आहे?"

"तू, तू आराम कर. मी एक काम करून येतो. सरळ पोलिसात तक्रार करतो. काळजी करू नकोस हं!"

"मीपण येते."

"नको. देशमुखबाईंना बोलावून घेतो तुझ्या सोबतीला."

दुसऱ्या दिवशी सकाळीच बाहेर पडलो.

देशमुखांना सर्व प्रकार सांगितला आणि ओशिवरा पोलीस स्टेशन गाठलं. तक्रार नोंदवली; पण खरं तर काही अर्थ नव्हता. नाव माहीत नसलेल्या, न बघितलेल्या माणसाच्याविरुद्ध कसली तक्रार? पण त्यामुळे एम्. टी. एन्. एल्.ला पोलिसांकडून एक पत्र मात्र लिहून घेतलं. फोन टॅप करण्याची

परवानगी मिळाली. एम. टी. एन. एल.नेही सहकार्य केलं. लगेचच कॉलर आय. डी.ची सोय उपलब्ध करून दिली. सर्व आटपून घरी आलो. काय काय झालं ते देशमुखकाका आणि काकूंना सांगितलं. मालविकेला फोन आल्यावर स्क्रीनवर दिसणारे नंबर लिहून ठेवायला सांगितले. काम सोपं झाल्यासारखं वाटलं.

'पण हे वाटणंच' ठरलं.

पाचसहा दिवस मधे गेले आणि ऑफिसांत मालविकाचा घाबऱ्या घाबऱ्या फोन आला.

"पुन्हा, पुन्हा फोन आला."

"नंबर लिहून ठेवलास?"

"हो, सांगू?"

"सांग. ठीक. हा नंबर मी आता एम्. टी. एन्. एल्.ला कळवतो. काळजी करू नकोस."

"पण तो खूप अचकटविचकट बोलत होता."

"तू लगेच ठेवून का नाही दिलास?"

"ठेवला हो, पण तोपर्यंत तीन-चार शब्द तर पडतातच ना कानांवर?"

"बरं, मी बघतो."

तो फोन पब्लिक कॉलवरून येत होता. हे नंबर्स पण वेगवेगळे होते. कधी अंधेरी, कधी दादर तर कधी चर्चगेट. कसं काय शोधणार त्याला? वेळा पण वेगवेगळ्या. पोलीस तरी काय करणार? आई-बाबा येऊ शकत नाही आणि मालविकाच्या घरच्यांचा प्रश्नच येत नाही. माझ्या गैरहजेरीत मालविका अगदी एकटी पडत होती. घरात चोवीस तासांसाठी राहू शकेल, अशी मुलगी शोधू लागलो. ह्या वातावरणात तिला ठेवून उपयोग नाही. माहेरी पाठवावं का? पण ह्या अवस्थेत प्रवास झेपेल का तिला? ऑफिसमधले सहचारी, साहेब मला हवी ती मदत करायला तयार होते. शेवटी त्यांच्या आग्रहानुसार मी दहा दिवसांची रजा काढली. माथेरानच्या निसर्गरम्य वातावरणात ती खुलली. दडपणातून मुक्त झाली. आम्ही परतलो आणि मालविका पुन्हा मिटून गेली. माझी रजा संपली. ऑफिसला जाणं भागच होतं; पण हिची काळजीही वाटत होती. नाईलाजाने घरातून बाहेर पडलो.

"हॅलो!"

"मालविका, मी बोलतोय."

"मी फोन अशासाठी केला, की त्याला कळलं आपण बाहेरगावी गेलो

होते ते.''

"कसं?''

"काय माहीत. म्हणतो की 'कशी झाली ट्रिप. मला सांगायचं होतंस मी घेऊन गेलो असतो तुला.''

"हलकट!''

"आज मी त्याला खूप बडबडले. का त्रास देतोस असं विचारलं, तर म्हणतो, आवडतेस तू ! येऊ का भेटायला?''

"अग राजा, शांत हो. रडू नकोस. नंबर काय होता?''

"कशाला हवा तो नंबर? कळत तर काहीच नाही.''

"रडू नकोस. आणि दार उघडू नकोस अजिबात! कळलं?''

आई-बाबांना तातडीने यायला सांगितलंय. त्यांची गरज फारच जाणवू लागली. एका निरागस आयुष्याचं मातेरं होत होतं. मला स्वत:लाही अपराधी वाटायला लागलं होतं. आई-बाबा येईपर्यंत रजाच घेतली. मी घरी आहे म्हटल्यावर मालविका शांत झाली. पुन्हा एकदा बहराचे दिवस आले.

ऑफिसमधून फोन आला. अगदी महत्त्वाची मीटिंग आहे. मी फक्त मीटिंगपुरतं जाणं आवश्यक आहे. मालविकाही म्हणाली,

"तुम्ही जाऊन या.''

"मी मीटिंग संपली की लगेचच निघतो.''

"मी ठीक आहे आता आणि तसंही आई-बाबा उद्या येतातच आहेत. तुम्ही जा.''

मीटिंग चालू असतानाच मला फोन आला.

"हॅलो''

"महेशराव, मी काकू!''

"काकू?''

"देशमुख रे! लगेचच घरी या.''

"मालविका...!''

"तुम्ही निघा हो.''

देशमुखकाकू होत्या म्हणून मालविकेवर लगेचच उपचार तरी झाले. हॉस्पिटलमधून घरी परतायला दीड वाजला. थकलो होतो; पण काय करू काही कळत नव्हतं. घर भकास वाटत होतं. नक्की काय झालं, ते समजणं

आवश्यक होतं. देशमुखकाकूंकडे गेलो.

"या महेशराव, बसा!"

"काकू?"

"आहे. बोलावतो. कशी आहे मालविका?"

"ठीक आहे. झोपेचं इंजेक्शन दिलंय. काकू, नक्की काय झालं?"

"तुम्ही ऑफिसला गेलात. मालविका एकटीच होती. तिने मला बोलावून घेतलं. तास, दीड तास बसले होते तिच्यासोबत. तेव्हा फोन वाजला. हा जो कुणी गृहस्थ आहे, तो इथलाच असावा असं वाटतं. त्याने विचारलं, 'आज सुटका झाली का माझ्या पाखराची पहाऱ्यांतून?' मालविकेने मला हे भीत भीत सांगितलं. मग मी फोन घेतला आणि जितकं काही वाईट बोलता येईल तेवढं बोलले. मग बराच वेळ फोन आला नाही. तिची भीती बघून मी तिला म्हटलं, चल माझ्या घरी! पण ती नको म्हणाली. म्हणून मग तुमचं फोनचं कनेक्शन मी काढून टाकलं. मलाही घरात काम होतं म्हणून घरी आले. अर्ध्या तासाने जाणारच होते."

"मग काय झालं?"

"तेवढ्यात इथे फोन आला. कुणी वाळिंबे बोलत होते. म्हणाले, सौ. मालविकांना निरोप द्याल का? मी त्यांच्या क्लासमधून बोलतोय. त्या बऱ्याच दिवसांत क्लासला आल्या नाहीत. पोर्शन खूपच शिकवून झालाय. परीक्षेचा फॉर्महीं भरायचा आहे. त्यांना फोन करायला सांगा. मी मालविकेला निरोप दिला आणि घरी आले. दहा मिनिटांतच तिच्या ओरडण्याचा आवाज आला म्हणून धावत गेले तर ती जमिनीवर बसली होती. थरथरत होती. रिसीव्हर हातात होता. तिला शांत व्हायलाच खूप वेळ लागला. आम्ही दोघं तिला धीर देत होतो. मग तिने सांगितलं, की क्लासमध्ये फोन करण्यासाठी म्हणून तिने फोनची केबल जोडली. फोन केला तर कुणीच असा निरोप क्लासमधून दिलेला नव्हता. तिने फोन ठेवला. बेल वाजली म्हणून अगदी सहज तिने फोन उचलला, तर तो त्याचा होता. तो तिला म्हणाला, "आय लव्ह यू. तुझ्या नवऱ्याला सांग, नावातच 'माल' आहे. "विका"सुद्धा आहे. विकणार का? मी घेतो विकत! आणि हसायला लागला. ती थरथरत बसायला गेली; पण तिथे तुमचं नेहमी असतं ते स्टूल नव्हतं. अंदाज चुकला आणि ती धाडकन् जमिनीवर आपटली. मग तुमच्याच घरातून तुम्हाला फोन केला. ह्यांनी ॲम्ब्युलन्सची सोय केली. हॉस्पिटल गाठलं. तिला बसलेला हा शॉक फारच तीव्र होता. त्यातच तिची शुद्ध हरवली. फार नाजूक पोर हो! काय म्हणता, काय झालं?"

ही माझी कहाणी, एका सर्वसामान्य माणसाची. ह्या वर्तमानपत्रात संपादकांनी प्रसिद्ध केली, त्याबद्दल मी त्यांचा आभारी आहे. घडलेल्या घटनेला आज तीन महिने झाले; पण मालविकेत काहीही फरक झालेला नाहीये. मला तुमची सहानुभूती नकोय. मला तुम्हा सर्वांनाच सावध करायचं आहे.

नवीन नवीन शोध हरघडी लागत आहेत. हे शोध, ही यंत्रं मनुष्याला त्याचं आयुष्य सोपं करण्यासाठी आहेत. इंटरनेट, ई-मेल, मोबाईल्स ह्यांना मित्रासारखं वागवायला हवं. त्यांच्या क्षमतेचा गैरवापर, हा एक एक आयुष्य उद्ध्वस्त करतो. निनावी फोन करून एखाद्याला त्रास देण्यात कुठल्या प्रकारचं समाधान मिळतं? कसली वासना पूर्ण होते? ह्याचं उत्तर त्यांच्याकडेही नसेल. पण ह्या वासनेनं माझ्या घराचा बळी घेतला. तसं तुमच्या घराचं होऊ नये. सर्वांनी मिळून ह्या विकृतीला आळा घालायला हवा. पब्लिक फोनच्या एका रुपयात मिळणारं हे विकृत समाधान थांबायला हवं. सांभाळा!

हे एवढं सर्व सांगण्याचं कारण एवढंच, आज एक सुंदर, निर्मळ, निरागस जीवन ह्या निनावी, विकृत वृत्तीमुळे उद्ध्वस्त झालंय. तिच्या बरोबरीने माझं जीवनही जीवन राहिलेलं नाही. हॉस्पिटलमधून मालविकेला घरी आणलं; पण तिला भास व्हायला लागलेत. घरातला फोन काढून टाकलाय तरी इतर घरातली फोनची बेल ऐकू आली तरी तिला फिट येते. दाराची बेल वाजली तर तिला वाटतं, 'तो आलाय.' एकसारखी मला विचारत असते, 'मी माल आहे ना? तुम्ही मला विकणार तर नाही ना? नका हो विकू. इथेच राहू द्या.' रड-रड रडते आणि बेभान होते. घरभर धावत सुटते. मालविका आज एका मेंटल हॉस्पिटलमध्ये ॲडमिट आहे. किती काळ? कुणामुळे? कशासाठी?...

❖

मृगजळ

धुवांधार पाऊस कोसळत होता. आभाळ फाटल्यासारखा. विजा लखलखत होत्या. शहर जलमय झालं होतं. घराबाहेर पडणं अशक्यप्राय होतं. दोन-तीन महत्त्वाच्या केसेस होत्या; पण आज पेशंटही क्लीनिकपर्यंत पोहोचू शकणार नव्हते. लाईटसूही गेले. मेणबत्तीच्या प्रकाशात व्हरांड्यात येऊन बसले. येसूने गरम-गरम चहा आणून दिला.

पाऊस म्हटलं की अनेक प्रसंग डोळ्यांसमोर उभे राहातात. माझ्या आयुष्यातल्या बऱ्याच घडामोडी ह्या ऋतूतच झाल्या. एक वेगळंच नातं आहे त्याचं आणि माझं.

माझा जन्म जून महिन्यातला. आम्ही तेव्हा पुण्याला राहात होतो. माझं बारसं नुकतंच झालं होतं. असाच पाऊस कोसळत होता. मुळामुठा नदीला पूर आला आणि आमचा बंगला पाण्याखाली गेला. कसे तरी वाचलो होतो.

मला व्यावसायिक नाटकांत काम करण्याची संधी मिळाली. असेन सात-आठ वर्षांची. तो जुलै महिना होता.

मी कॉलेजमध्ये असताना राहुल भेटला. आमच्या शेजारच्या इमारतीत ते कुटुंब राहायला आलं होतं. मी मेडिकलला होते, तो अर्किटेक्चरला होता. दोन्ही घरांची छान ओळख, मग मैत्री झाली होती. मी M.B.B.S. झाले, तेव्हा त्याने स्वत:चं छोटंसं ऑफिस थाटलं होतं. एक दिवस असाच रिमझिम पाऊस पडत होता, तेव्हा राहुलने मला लग्नाची मागणी घातली

होती.

आणि रोहन जन्मला दोन जुलैला. आजच्यासारखा पाऊस पडत होता. हवेत छानसा गारवा होता. सिस्टरने दुपट्यात गुंडाळलेला एक नवजीव माझ्या कुशीत आणून ठेवला होता. मला अगदी भरून आलं होतं तेव्हा.

नाव काय ठेवायचं. ह्यावरून किती वादावादी झाली होती. पत्रिका बघून, अक्षरावरून नाव ठेवायचं, हा सासुबाईंचा हट्ट! माझा ह्या गोष्टींवर अजिबात विश्वास नाही; पण सासुबाईंना नाराज कसं करणार? त्यांचा पहिला नातू. त्यांची पण काहीतरी सायकॉलॉजी असणारच. सर्वांच्या संमतीने रोहन नाव ठेवलं.

मला पुढे शिकायची इच्छा होती. राहुलचं सहकार्य होतं. रोहनला सांभाळण्याची तयारी सासुबाईंनी दर्शवली, अगदी स्वखुषीने! सायकॉलॉजी माझा आवडता विषय. त्यातच एम्. डी. करायचं ठरवलं. सर्वांच्या सहकार्याने झालेही.

ह्या सर्व काळात रोहन सासुबाईंकडेच होता. शनिवार, रविवार आम्ही रोहनला घरी घेऊन यायचो. रोहनच्या हट्टांनी, हसण्याने घर भरून जायचं. सोमवार नकोसा वाटायचा; पण राहुलचा बिझनेस छान एस्टॅब्लिश झाला होता. माझंही क्लीनिक सुरू होण्याच्या बेतात होतं.

माणसं म्हणजे नुसता गुंता! कुठला धागा कुठे अडकतो आणि ह्या गुंत्याला सुरुवात होते, हे समजणं खूप कठीण. गुंतलेले दोर कापूनच टाका आणि नवं आयुष्य सुरू करा. असली सोपी पद्धत कुणीही अवलंबू इच्छित नाही. साध्या-सोप्या गोष्टी कठीण करण्यात माणसं तरबेज! पण जर एखादा गुंता सुटत चाललाय, हे बघितलं की किती समाधान व्हायचं. राहुल घरं बांधायचा आणि मी त्या घरातली माणसं बांधण्याचा प्रयत्न करायची.

त्या दिवशी राहुलला यायला उशीर होणार होता, म्हणून रोहनला घ्यायला मी एकटीच गेले. सासुबाई माझी वाट बघत होत्या. त्यांनाही कुठे जायचं होतं. 'आई आली,' म्हणत रोहन मला चिकटला.

"काय ग? एकटीच आलीस?"

"हो. राहुल कुठल्यातरी साईटवर बिझी आहे."

"कशी जाशील?"

"गाडी आणल्ये ना. तुम्हालाही जायचं आहे ना. मी सोडते."

"आज्जी, तू घरी नाही येणार?"

"नाही रे बाळ. मला ग्राहक सोसायटीचं काम आहे."

"तू नाही येणार, तर मीही नाही जाणार घरी."

"वा रे पठ्ठ्या. आठवडाभर माझ्याच बरोबर तर असतोस. दोन दिवस आईबाबांकडे जायला नको? आता दोन दिवस आज्जीला सुट्टी द्यायची."

"मी नाही जाणार."

रोहन त्या दिवशी हट्टालाच पेटला होता. नाही तर नाहीच आला. त्याला आज्जीचा लळा असणं अगदी स्वाभाविक होतं. त्याच तर करायच्या त्याचं दुखलं-खुपलं! मी पुढे शिकण्याचा निर्णय घेतला. चुकलं का? लहानपणापासूनच रोहन दुरावलाय का मला?

मग असं वारंवार होऊ लागलं. क्वचितच तो घरी यायचा. रविवार उजाडला नाही तोच आज्जीकडे जाण्याचा हट्ट धरून बसायचा. त्याचा द्वाडपणा वाढत होता. सासुबाईंना तो आवरेनासा होत चालला होता; पण तरीही काहीही झालं तरी त्या त्याचीच बाजू घ्यायच्या. मी काही त्याला समजवायला सुरुवात केली की त्यांचं एकच वाक्य असायचं, 'तुझी सायकॉलॉजी इथे नको. माझ्या लेकराला काहीही बोलायचं नाही.' त्यांच्या भावना मी समजू शकत होते; पण रोहन माझा मुलगाच होता, कुणी दुसरा नव्हे. तो बिघडतोय हे दिसत होतं. हे लाड त्याला महागात पडणार आहेत हे जाणवत होतं; पण मला त्याला काहीही बोलायला बंदी होती. अजून लहान आहे. मोठा झाला की होईल समंजस! मीही असा पवित्रा घेतला. सासुबाईंचा उतार–वयातला तो एक आधार होता; पण रोहन मात्र ह्याचाच गैरफायदा घेत होता. आज्जीकडे कसंही वागलं तरी चालतं, हे त्याने लहान वयातच जाणलं होतं.

मुलं अशी बनण्याची दोनच कारणं असतात. एक म्हणजे जरुरीपेक्षा जास्त प्रोटेक्शन त्यांना मिळतं किंवा कुठेतरी वाटत असणारी एकटेपणाची भावना. रोहनच्या बाबतीत दोन्ही कारणं होती. आज्जीकडून मिळणारं जास्तीचं प्रोटेक्शन आणि दुसरे आम्ही त्याचे आई-वडील; जे लहानपणापासूनच त्याच्यापासून दूर होते. जेव्हा तो त्याच्या मित्रांना, त्यांच्या आई-वडिलांबरोबर बघत असेल, तेव्हा त्याला हे एकटेपण भेडसावत असेल. म्हणजे आम्ही–सुद्धा त्याच्या हट्टी बनण्याला कारणीभूत होतो. अशी मुलं मग खूप आपुलकीची किंवा attached होतात, नाहीतर मग एकदम दुसरं टोक गाठतात. रुक्ष होतात. रोहन रुक्ष होत चालला होता. हळूहळू तो आम्हाला तोडत होता त्याच्यापासून. जास्त करून मला.

असाच एक प्रसंग आठवतोय, सातवीत होता तेव्हाचा. क्लीनिकमध्ये त्याचा फोन आला.

"आई, मला पैसे हवेत."

"कशासाठी?"

"कशासाठी म्हणजे? शाळेत लागतात मला. कँटिनसाठी."

"का? डबा घेऊन जातोस ना?"

"रोज रोज पोळी-भाजी देते आज्जी. कोण खाणार?"

"रोहन, मी तुला खूप वेळा समजावून सांगितलंय. तुलाही सायन्समध्ये शिकवलंय. वाढत्या वयात सर्व व्हिटॅमिन्स मिळाली पाहिजेत."

"तुझी डॉक्टरी नकोय मला. पैसे पाठवतेस की नाही?"

"नाही."

"O.K. मी बाबांकडून घेईन. No problem."

"रोहन..."

फोन कट् झाल्याचा आवाज आला. संध्याकाळचं क्लीनिक बंद ठेवायचं आणि सासुबाईंना भेटायचं, रोहनला त्यांच्यासमोर जरा धडा शिकवायचा हे मनाशी पक्कं केलं. त्याप्रमाणे राहुलला कळवावं म्हणून त्याला फोन केला.

"बोल नंदू."

"मी आज जरा सासुबाईंकडे जाणार आहे. क्लीनिक बंद ठेवते."

"का ग?"

"घरी आले की बोलू."

"पण तुझे पेशंटस्?"

"रोहनइतकं, त्याच्यापेक्षा जास्त कुणीच महत्त्वाचं नाहीये."

"रोहन? तो तर इथेच आहे."

"तुझ्या ऑफिसमध्ये? तिथे तो काय करतोय? शाळेतून सरळ तुझ्याकडे कसा काय आला?"

"ते तूच त्याला विचार."

"माझं नुकतंच बोलणं झालंय त्याच्याशी फोनवर."

"मला माहित्ये. तेच सांगत होता तो. तू त्याच्याशी भांडलीस म्हणे?"

"त्याने असं सांगितलं तुला? बास, राहुल ह्यापुढे त्याच्याबद्दल अक्षरही बोलू नकोस. आपले मतभेद होतील आणि तू तिथून जे काही बोलशील त्याचे तो वेगळेच अर्थ लावेल. मी फोन ठेवते. रात्री बोलू आपण."

ती रात्र जरा वादावादीतच गेली होती.

"राहुल, रोहन शाळेतून सरळ तुझ्या ऑफिसात आला, हे चूक होतं. तिथे सासुबाई नक्कीच त्याची वाट बघत, काळजी करत बसल्या असणार. तू त्याला हे सांगितलंस का?"

"मी लगेचच आईला फोन करून कळवलं होतं."

"काय म्हणत होता रोहन? मी त्याच्याशी भांडले म्हणून?"

"हो. असं म्हणत होता खरं."

"आणि तुझा विश्वास बसला?"

"त्याच्याएवढी लहान मुलं खोटं बोलतात का?"

"तू माझ्यावर आरोप करतो आहेस. तो पैसे मागत होता. इतक्या लहान वयात पैशांची गरज का भासावी? आठवड्याला एक दिवस, त्याला कँटीनचं खाण्यासाठी आपण देतो ना? 'पॉकेटमनी' या वयापासून नको आहे."

हे बघ, नंदू. तो लहानपणापासून आपल्यापासून दूर राह्यला आहे. तुला पुढे शिकायचं होतं, मलाही करियर करायचं होतं. आई-वडील असूनही पोरकेपणात वाढलाय तो."

"हा दोष माझा का? मी तर तुला आधीच सांगत होते, इतक्यात मूल नको. आधी दोघंही सेट्ल होऊ."

"पण आईची इच्छा होती ना! तिला नातवंड हवंच होतं. किती छान सांभाळते ती रोहनला. आपणहून!"

"हे असं? उलट उत्तर द्यायला लागलाय. नसत्या सवयी लागत चालल्या आहेत. पैसे हवेत म्हणून तुझ्या ऑफिसपर्यंत पोहोचला. मी नाही म्हटलं तरीही त्याला काही फरक पडत नाही. तो ते तुझ्याकडून वसूल करणार."

"त्या पैशांचा तो काही दुरुपयोग करत नाहीये ना? खाण्यासाठीच मागतोय आणि आपण दोघंही इतकं कमावतोय ते त्याच्यासाठीच ना?"

"त्याच्यासाठीच, पण अशा तऱ्हेने द्यायला नाही. तुला समजत का नाहीये, राहुल? तो आपला फायदा घेतोय. अशी मुलं कुठल्याही थरापर्यंत पोहोचू शकतात."

"ए बाई, सख्ख्या मुलाला दहा रुपये काय दिले, तर तू त्याचं एवढं अवडंबर करते आहेस. हे तुझं क्लीनिक नाही आणि मी किंवा रोहन पेशंटही नाहीत.

उगीचच तुरळक पाऊस पडत होता. हा असा पाऊस उदासी वाढवतो. राहुलचं रोहनला चुकीच्या गोष्टींसाठीसुद्धा सपोर्ट करणं माझी उदासी वाढवत होतं. रोहनला पेशंट समजून त्याच्याशी काऊन्सिलिंग करावं का? हा मार्ग

कदाचित् रोहनला बदलण्यात यश देईल. जरा बरं वाटलं...

दुसऱ्या दिवशी रोहनला शाळेतच गाठलं. मला बघून थोडासा घाबरला, पण एक क्षणभरच. दुसऱ्याच क्षणी चेहऱ्यावरची भीती जाऊन एक बेडर भाव आला.

"हाय, रोहन."

"तू आणि शाळेत? आज क्लीनिक नाहीये तुझं?"

"आज सुट्टी. आजची संध्याकाळ फक्त तुझ्याबरोबर राहाणार आहे मी."

"पण मला मित्राच्या बर्थ डेला जायचंय."

"ठीक आहे. जा. पण आत्ता तर चल माझ्याबरोबर. अं - चल, समोरच्या हॉटेलमध्ये बसू."

जबरदस्ती केल्यासारखा रोहन हॉटेलमध्ये आला. ऑर्डर देऊन झाली, आणि मी माझा मोर्चा रोहनकडे वळवला.

"कशी काय चालली शाळा?"

"मस्त्!"

"दोस्त मंडळी!"

"धमाल. नुसती धमाल करत असतो आम्ही."

"म्हणजे काय करता?"

"आता ते कसं सांगणार? पण तो गंप्या आहे ना, त्याचा सॉलिड पोपट करत असतो रोज. श्रीमंत आहे ना! रोजचे शंभर तरी रुपये असतात त्याच्याकडे. रोजच आमची ट्रीट असते. सॉलिड यडा बनवतो त्याला."

"त्याला राग नाही येत!"

"आला तर आला. गेला उडत!"

"आणि अजून काय करता?"

"मी तर सारखा बेट मारत असतो सगळ्यांशी! इथून जंप मार, चम्पीचा पचका कर. असंच-!"

"चम्पी कोण?"

"आमची मॅथ्सची टिचर. सॉलिड बोअर आहे. काहीतरी उलटसुलट प्रश्न विचारतो. ती उत्तरं देऊ शकत नाही. मग मी बेट जिंकतो."

"हे असं वागणं चांगलं का?"

"ए, लेक्चर नकोय हं, नाही तर मी चाललो."

"बैस रे, सहज विचारलं; पण ही बेट असते कशाची?"

"कधी पैशांची, कधी वडा-पावची, कधी कोल्ड्रिंकची!"

“पैसे मिळाले तर काय करतोस?”

“बरेच जमले की पॉश हॉटेलमध्ये जातो आणि खातो.”

“एकटाच?”

“मग? माझी कमाई. दुसऱ्याला कशाला काय द्यायचं?”

“रोहन, तुम्ही अजून लहान आहात. पैशांची बेट कशाला लावायची? सगळ्यांचेच आई-वडील कष्ट करून पैसे मिळवतात.आम्ही पण कष्ट करतो ना?”

“बेट लावून पैसे मिळतात, तर कष्ट करायला हवेतच कशाला?”

“असे पैसे आयुष्यभर मिळतील का?”

“ते कुणी बघितलंय? आत्ता तर धमाल येते ना? आणि मी जातो हं आता एका हातावर उलटं उभं राह्यची बेट लागलीय. धमाल, एकदम शंभर रुपये मिळणार!”

“रोहन. थांब. ऐक तर...”

आम्ही दोघंही रोहनसाठी खूपच कमी पडत होतो. रोहन असा कसा झाला? नक्की सुरुवात कधी झाली? राहुलला मी रोहनला भेटले, त्याच्याशी बोलले हे सर्व सांगितले. त्याचे विचार कसे झालेत हे सांगितलं. तोही तसा काळजीत पडला.

“राहुल, मी प्रॅक्टिस बंद करायची ठरवलं आहे.”

“आणि काय करणार?”

“सासुबाईंना रोहन दाद देत नसणार. त्या आपल्याला काही सांगत नाहीत, ते त्याच्यावरच्या प्रेमामुळे; पण हे प्रेम त्याला चुकीच्या मार्गावर नेतंय. आत्ताच त्याला सांभाळायला हवं, नाहीतर तो ह्याच मार्गाने फार पुढे निघून जाईल. आपण रोहनला आता घरी घेऊन येऊ. सासूबाईंना इथेच येऊ देत.

“ती येणार नाही, हे तुलाही माहीत आहे. तिचं मंडळ, तिच्या तिथल्या मैत्रिणी आणि त्या घरातल्या तिच्या बाबांच्या सहवासाच्या आठवणी!”

“आपण जाऊ तिथे राह्यला.”

“एवढ्याशा घरात. कसं शक्य आहे?”

“पण केव्हा ना केव्हा, काही ना काही ॲडजेस्टमेंट करायला हवी ना?”

“मला तरी तिथे राहाता येणं शक्य नाही. ती इथे यायची नाही. बघू, अगदी वेळ आलीच तर करू काहीतरी. ह्या वयात तिला एकटं ठेवणंही योग्य नाही. रोहनचा तिला एवढा लळा आहे, शिवाय सोबतही. मग त्याला

तरी इथे कसं आणायचं?''

विचार करकरून भणभणायला लागलं. शेवटी एक ठरवलं. संध्याकाळचं क्लीनिक बंदच केलं. रोहनसाठी संध्याकाळ एकदम मोकळी ठेवली. शाळा सुटायच्या वेळेला मी रोहनसाठी शाळेत हजर राह्यला लागले. त्याला बहुतेक हे आवडलं नाही. त्याने सरळच मला विचारलं,

"तू हल्ली रोज का येतेस शाळेत?''

"तुझ्यासाठी. तुझ्याबरोबर राह्यला मिळावं म्हणून!''

"जसं काय आपण भेटतच नाही.''

"भेटतो ना; पण सर्व एकत्र असतो ना तेव्हा. मला तू एकटा भेटायला हवा आहेस. फक्त माझ्याबरोबर.''

"तू येतेस आणि प्रॉब्लेम होतो. मित्रं चिडवतात. मला लाज वाटते. तू येऊ नकोस.''

"आई आली तर तुला लाज वाटते?''

"आता मोठा झालोय मी. लहान होतो, तेव्हा कधीतरीच यायचीस. आज्जीच असायची रोज शाळेत. तेव्हा नाही आलीस. मग आता कशाला येतेस?''

रोहनचं बरोबर होतं. त्याच्या ह्या प्रश्नाला तेव्हा माझ्याकडे उत्तर नव्हतं. आणि आमच्यातली दरी किती वाढलीय, हे प्रकर्षानं जाणवलं.

त्या दिवशी रोहनच्या शाळेतून प्रिन्सिपॉलचा फोन आला– येऊन भेटा असा. मी आणि राहुल शाळेत गेलो.

"गुडमॉर्निंग सर!''

"यस्?''

"आम्ही रोहनचे पेरेंट्स!''

"प्लीज कम. बसा. रोहन, तू बाहेर जाऊन थांब.''

रोहन गेल्यावर सरांनी सरळ सरळ प्रश्न केला.

"तुम्हाला जरा ऑड वाटेल, पण माझा नाईलाज आहे. तुम्हाला काही फायनॅन्शिअल प्रॉब्लेम वगैरे आहे का?''

"नाही.''

"रोहनची गेल्या सहा महिन्यांची फी बाकी आहे. त्याचं हे शेवटचं वर्ष आहे. फीज् क्लीअर झाल्याशिवाय आम्ही त्याला बोर्डाच्या परीक्षेला बसू देऊ शकत नाही.''

“काय? रोहनने फी भरलेली नाही?” राहुल उडालाच.

“नाही. तुम्ही त्याला फीसाठी पैसे दिलेत, तर रिसिट बघितलीत?”

“नाही.”

“टेक केअर. त्याच्या अशाच पैशांच्या संदर्भात इतरांच्याही काही तक्रारी आहेत. त्याच्या करियरच्या दृष्टिकोनातून आम्ही काही ॲक्शन घेत नाही आहोत; पण तुमचंही लक्षं हवं त्याच्याकडे. ताबडतोब सर्व फी भरून टाका. आणि काळजी घ्या.”

“सॉरी, सर आणि थँक्यू!”

“रोहन, तू पैशांचं काय केलंस?”

“रोहन, आम्ही तुला शांतपणे विचारत आहोत. उत्तर दे.”

“मी. ते पैसे...”

“बोल...”

“बिझनेसमध्ये घातले.”

“कसला बिझनेस? कुणाबरोबर आणि का?”

“का म्हणजे? तुमच्याजवळ पैसे मागितले की तुम्ही देत नाही.”

“किती द्यायचे? आणि कशाला लागतात एवढे पैसे? शंभर शंभर रुपये दर दोन दिवसांआड मागतोस. कसे देणार?”

“का नाही? आपल्याला कुठे कमी आहे? सगळे मला शेळपट म्हणतात.”

“आपल्याला काय कमी आहे, हे विचार करण्याचं तुझं वय नाही. शेळपट म्हणतात तर म्हणू देत. त्यामुळे तू काही शेळपट होत नाहीस. आणि हे तुझं महत्त्वाचं वर्ष आहे. ह्या असल्या गोष्टींकडे लक्ष देण्यापेक्षा अभ्यासात का नाही देत? आयुष्यातलं एक वर्ष वाया घालवायला तुला काहीच वाटत नाही?”

“नापास झालोय का? आणि होणारही नाही. रिझल्ट येईल तेव्हा बघा!”

“ही तुझी हुषारी चांगल्या गोष्टींसाठी वापर, तू आपोआपच मोठा होशील. त्या हुषारीला कष्टांची जोड लाव. भरपूर कमावशील. कष्टांशिवाय मिळणाऱ्या पैशांनी तुला सुख, शांती नाही लाभणार. नावही नाही कमवू शकणार!”

“इथे नाव कुणाला कमवायचं आहे?”

“रोहन, मी एक आर्किटेक्ट म्हणून, आईने एक डॉक्टर म्हणून नाव मिळवलंय! त्याला किंमत आहे. तुला अजून चांगल्या-वाईटाची जाण नाही. कसला बिझनेस करतोस तू?”

“किशोर आहे ना, तो कोपऱ्यावरचा, तो मला लिक्विड सोप तयार

करण्याचं रॉ-मटेरियल देणार आहे. मी फक्त त्याने सांगितलेल्या प्रमाणात मिश्रर तयार करायचं आणि बॉटल्समध्ये भरून विकायचं!''

"तू सोप तयार करणार?''

"सोपं तर आहे. पन्नास रुपयांना एक लिटरचा कॅन. त्याचा खर्च फक्त दहा रुपये. कॅनचे पाच रुपये. वरचा सर्व प्रॉफिट!''

"रोहन, जरा डोळे उघड. नीट जगाकडे बघायला शीक. तो किशोर का कोण त्याने तुला फसवलंय. कसलं रॉ-मटेरियल? एक काम कर. त्याला सांग आम्हाला येऊन भेटायला.''

"तो गेलाय कुठे तरी...''

"मग? आता समजलं? तो तुझे पैसे घेऊन पळाला आणि कळलं आम्ही तुला पैसे का देत नाही? तुझं हे वय फार काळजीचं आहे. ह्या वयात नाही नाही त्या सवयी लागू शकतात.''

"हॅ:, मी काय असा तसा आहे?''

"तू तसा नाहीस. माझा पूर्ण विश्वास आहे तुझ्यावर; पण आजुबाजूची माणसं तशी नाहीयेत. एक आई म्हणून मला तुझी काळजी वाटणं स्वाभाविक नाही का? आणि प्रत्येक गोष्ट करण्याचं एक वय असतं. तुझं वय आत्ता अभ्यास करण्याचं आहे. तू खूप शीक. बिझनेस मॅनेजमेंट कर! अगदी फॉरेनलाही जा शिकायला. हरकत नाही. आम्ही दोघंही तो खर्च उचलायला समर्थ आहोत. हे वय शिकण्याचं की दारोदार हिंडून लिक्विड सोप विकण्याचं?''

"चुकलो. बास! मी किशोरला सांगतो, मला नाही बिझनेस करायचा. माझे पैसे परत दे.''

"तू पुन्हा किशोरला भेटायचं नाहीस. ते पैसे जाऊ देत. आता अभ्यासाला सुरुवात कर.''

रोहनच्या विचारांनी डोकं बधीर झालं होतं. क्लीनिकमधल्या बोर्डावरच्या माझ्या सगळ्या डिगऱ्यांची सर्टिफिकेटस् मला वाकुल्या दाखवत होती. इतरांचे वेगवेगळे प्रश्न सोडवण्यात मला यश मिळत होतं आणि स्वत:च्या मुलाने मात्र मला हरवलं होतं. राहुल माझ्यापेक्षा लकी. तो कायम सिमेंट, विटा, वाळू ह्यात दंग. मोठमोठ्या इमारती बांधण्यात. तो फ्लॅटस् बांधायचा. त्या फ्लॅटस्‌ची 'घरं' किती झाली, ह्याची त्याला पर्वा करण्याचं काय कारण? ती पर्वा करण्याची जबाबदारी मी घेतली होती. 'घरं' तयार होण्यासाठी प्लॅनची गरज नाही. गरज आहे ती जिव्हाळ्याची, प्रेमाची, विश्वासाची. माझा फ्लॅट फ्लॅटच राहिला. मी त्याचं 'घर' करू शकले नाही.

रोहन कॉलेजला जायला लागला आणि माझी चिंता अजूनच वाढली. आता तर त्याच्यावर बंधन असण्याचा संभवच नाही. त्याच दरम्यान एक दुःखद घटनाही घडली. सासुबाईंचं अकस्मात निधन झालं. रोहनला हा शॉक सहन करताच येत नव्हता. त्याचा आक्रोश तशाही परिस्थितीत मला सुखावून गेला. तो वाटतो तेवढा बेफिकीर नाही हे जाणवलं. रोहन आमच्याबरोबर राहायला लागला. मधूनच आज्जीच्या आठवणीने रडायचा; पण हळूहळू सावरला. पूर्ववत झाला. आमचं तिघांचं असं जग प्रथमच आकाराला आलं.

चार दिवस एकत्र राहाणं आणि कायमचं एकत्र राहाणं ह्यात बरीच तफावत असते. रोहनच्या बऱ्याचशा सवयी तो घरी राहायला लागल्यामुळे मला समजल्या. आंघोळीचा ओला टॉवेल जमिनीवर टाकलेला, स्टँडवरचा टूथब्रश ब्रश करून झालं की कायम बेसीनवरच ठेवलेला. मला त्याचं आश्चर्य वाटायचं. आपला बेसीनवरचा ब्रश रोज स्टँडवर कोण ठेवतं? आणि असं बघूनही एकदाही त्याला ब्रश पुन्हा स्टँडवर ठेवावासा वाटू नये? सासुबाईंना त्याच्या ह्या सवयींचा किती त्रास झाला असेल? त्यांनी सहन केलं; पण मी का नाही सहन करू शकत? आपण रोज त्याला सांगायला का जातो? रोहन, हे आवर, ते उचल आणि मग पदरी काय? अपमान!

"रोहन फार उलटून बोलतो."

"तो आत्ताच तर राहायला लागलाय इथे. तेही एवढा वाढल्यावर! इतक्या वर्षांच्या सवयी लगेचच कशा जातील?"

रोहनने आम्हां दोघांचं पाणी जोखलं होतं. वडील कायम पाठीशी घालतात म्हटल्यावर मला तो किंमत देईनासा झाला. पुरेपूर फायदा घ्यायला लागला.

"आई, मला पैसे हवेत."

"गेल्याच आठवड्यात दिले होते ना?"

"ते तर कधीच संपले. पिक्चरला नव्हतो का गेलो?"

"आता कशासाठी हवेत?"

"प्रत्येक वेळेला पैसे मागितले की उलटतपासणी घेत बस."

"मी तुला नाही म्हटलेलं नाही; पण मला कारण कळायलाच हवं. तू योग्य कारणांसाठी खर्च करतो आहेस, अशी माझी खात्री व्हायला हवी."

"जे मला योग्य वाटेल, ते नॅचरली तुला अयोग्यच वाटणार!"

"तसं काही जरुरी नाहीये. तू सांग तर!"

"माझ्या क्लासमध्ये जामदार म्हणून एक हुषार मुलगा आहे; पण तो

गरीब आहे. त्याची फी भरायची होती. मला त्याला मदत कराविशी वाटली.''

''उत्तम. मला आवडलं. जरूर तुला पैसे मिळतील. किती हवेत?''

''दोन हजार.''

रोहन पैसे घेऊन गेला. त्याच्यात बदल होतोय का? तो सुधारतो आहे का? पण नाही. त्याचं नशीब तेवढं चांगलं नव्हतं.

त्या दिवशी माझं डोकं अक्षरशः ठणकत होतं म्हणून संध्याकाळचं क्लीनिक बंद करून घरी आले होते. दारात चपला-बुटांचा ढीग! आतून हसण्याचे, गप्पांचे आवाज येत होते. मला दारात बघून सर्व कंपू एकदम गोंधळून गेला.

''बसा. नो प्रॉब्लेम्. यू कॅरी ऑन!''

''नाही. पण रोहन म्हणाला होता...''

''काय म्हणाला होता? आणि रोहन कुठाय?''

''तो इथेच, शॉपमध्ये गेला आहे.''

''तुम्ही थांबा तो येईपर्यंत. सगळेच असे बावचळलात का? तुमची ओळख करून द्या ना!''

त्यातलाच एक जामदार होता. जीन्स-टी शर्ट! गळ्यात सोन्याची चेन, नायकीचे शूज! मला धक्काच बसला. रोहन यायच्या आधीच एक एक करून सगळे निघून गेले. मी स्तब्ध!

''राहुल, तू आता काही तरी बोलायला हवंसच रोहनला.''

''रोहन, हे तू काय चालवलं आहेस? तुझ्या प्रत्येक आवडी-निवडी आम्ही पूर्ण करतोय. नवीन बाईक दिलीय. पेट्रोलला वेगळा पैसा पुरवतो शिवाय वर पॉकेटमनीही देतो. तरीही तू खोटं बोलून पैसे घेतलेस?''

''रोहन, बाबा काहीतरी विचारत आहेत. उत्तर दे.''

''आज्जीने नाही कधी असले प्रश्न विचारले. ती द्यायची मला.''

''अजून किती दिले तर तुझं समाधान होणार आहे?''

''जास्त नाही. महिन्याला दीड हजार!''

''बरं आम्ही देऊ तुला. पण त्यानंतर तू एक रुपयासुद्धा मागायचा नाहीस.''

''राहुल, हे तू काय करतो आहेस?''

''नंदू, आपण नंतर बोलू. बरं रोहन, आता एक सांग, त्या दोन हजारांचं काय केलंस?''

''एक कंपनी आहे. 'फास्ट गेन्!' नवीनच ओपन झाल्ये. त्यांच्या वस्तू

दुकानांतून विक्रीला येणार नाहीत. आपण दोन हजारांत त्यांचे मेंबर व्हायचं. त्याबदली त्यांचे प्रॉडक्टस् आपल्याला मिळतात. त्यांच्या मीटिंग्जना आपण आपल्या ओळखीच्या कुणालाही मेंबर होण्यासाठी घेऊन जायचं. मग आपल्याला पॉइंटस् मिळतात. ही चेन मग वाढतच जाते. प्रत्येक पॉइंटस्चे शंभर रुपये. आपण ते प्रॉडक्ट विकायचं नाही. फक्त मेंबर्स वाढवायचे. बास!''

रोहन भरकटत चाललाय. कसली ही हाव? मी अस्वस्थ झाले.

''राहुल, काही तरी करायलाच हवं. सर्व चुकत चाललंय.''

''तो चुकतोय हे खरं; पण त्याला बिझनेसच करायचा आहे, हे मात्र ठळकपणे जाणवतंय. फक्त त्याला योग्य दिशा दिली पाहिजे.''

''हा काय बिझनेस आहे? मग तू इतकी वर्षं काय केलंस?''

''बिझनेसच केला; पण त्या वेळेची आणि ह्या काळाची तुलना करू नकोस. झगडून उभं राहायला लागलं तेव्हा. तो लहान आहे; पण तरीही त्याची इच्छा जबरदस्त आहे. दोनचार टप्पेटोणपे खाऊ देत. करू देत प्रयत्न!''

''करू देत ना! मी कुठे नाही म्हणत्ये? पण काही विचारविनिमय, आई-वडिलांचं मार्गदर्शन– हे नको? लबाडीने करावासा वाटणारा बिझनेस हा लबाडच असतो आणि आधी शिकू दे त्याला. कष्ट करू देत; पण तो कष्ट करण्यातला नाही. तुला त्याचा स्वभाव-मनाचा कल कळत नाहीये का? त्याला कमीत कमी कष्टात जास्तीत जास्त पैसा मिळायला हवाय. ही वृत्ती चांगली नाही.''

मी अक्षरश: झगडत होते. माझ्याशी, रोहनशी, राहुलशी! राहुल शेवटपर्यंत माझा हा झगडा समजू शकला नाही. रोहनने कायम त्याचा फायदा घेतला. मी रोहनसाठी अगदी विरुद्ध पार्टी झाले होते.

जेव्हा कोंडी होते, तेव्हा ती सर्व बाजूंनीच होते. नाहीतर राहुलचा ॲक्सिडेंट व्हायचं काय कारण होतं. त्याने मला, रोहनला असं अर्ध्यावरच टाकून का जावं? पोलीस स्टेशनवरून इन्स्पेक्टरचा फोन येतो काय? आम्ही स्टेशनवर पोहोचतो काय? आणि समोर निपचित् पडलेला राहुल! अजून किती धक्के मी सोसायचे आहेत? आता मला, रोहनला आधार कुठला? कुठल्या विचारात तो गाडी चालवत होता? कसा झाला हा अपघात? काहीच कळत नव्हतं. पावसामुळे समोरचं दिसलं नाही का त्याला?

रोहनला पाठीशी घालणारा राहुल गेला. तो होता तेव्हा मला त्याचं

आश्चर्य वाटायचं, रागही यायचा; पण आता रोहनचं काय? मी आहे रे तुझ्यासाठी, असं सांगितलं तरी त्याला ते खरं वाटेल?

रोहन दिवस दिवस कुठे असायचा? कुणाबरोबर? काही कळायचं नाही. केव्हाही यायचं-जायचं. रोहनने लग्न ठरवलं, हे ऐकून मी चाटच पडले होते. मंजिरी फार गोड होती. रोहन हिच्या आयुष्याचा खेळखंडोबा तर नाही ना करणार? तिच्याशी बोलायला हवं. म्हणून तिला बोलावून घेतलं.

"मंजिरी, तुझी काळजी वाटत्ये म्हणून तुला बोलवून घेतलं. रोहन माझा मुलगा आहे, तरीही मला तुझी काळजी वाटत्ये. तुला त्याचा स्वभाव माहित्ये? त्याचे विचार! तो सध्या काय करतोय? पुढे काय करणार आहे?"

"हो. तो बोललाय माझ्याशी. त्याला बिझनेस करायचा आहे. त्यासाठी त्याची काही तरी धावपळ चालू आहे."

"म्हणजे तुलाही स्पष्ट कल्पना नाहीये तर. कसला बिझनेस करणार आहे हे तुलासुद्धा माहीत नाहीये. तो माझ्याशी मोकळेपणाने काही बोलतच नाही. ह्या चार भिंतींबाहेर मी एक यशस्वी डॉक्टर आहे. इतरांची मनं ओळखू शकणारी; पण एकुलत्या एका मुलाचं मन नाही ओळखू शकले. संपूर्ण हरले. तू सांभाळ त्याला. त्यापूर्वी तुझ्यात तेवढी क्षमता आहे का बघ. मगच लग्न कर!"

मंजिरीशी बोलून दोनचार दिवस झाले असतील-नसतील, रोहन तडतडतच घरी आला,

"तुला माझं चांगलं झालेलं बघवतच नाही का?"

"कुठल्या आईला आपल्या मुलाचं चांगलं झालेलं बघवणार नाही?"

"मग तू का अशी वागत्येस? मंजिरीला फितवत्येस आणि तुला काय, बिझनेसची माहिती हवी ना, मी सांगतो ना! मलाच विचार ना!"

"हं!"

"नाहीतरी मला ह्या बिझनेससाठी पैसे हवेच होते. मागणारच होतो तुझ्याजवळ– एक लाख!"

"एक लाख?"

"फक्त! आणि मी तुला संपूर्ण माहिती देणार आहे. ही स्कीम सुपअर्ब आहे. फॉरिन ग्रुप आहे. मोठी कंपनीच आहे. के. के. राव इथला मॅनेजिंग डायरेक्टर आहे. मी एक लाख गुंतवले की ऑफिसर होणार. त्या बदल्यात एम्. एस्. ज्वेलर्सचे एटीन कॅरेटचे दागिने, पाच दिवस, चार रात्री आपल्या

सोयीप्रमाणे भारतातील कुठल्याही फाइव्ह स्टार हॉटेलमध्ये राहायला मिळणार. एक मोबाईल फ्री! त्यांच्या कॉन्फरन्स अशाच फाइव्ह स्टार हॉटेल्समध्ये होतात. तिथे मी क्लाएंटला घेऊन जायचं. माझं एवढंच काम. त्याने ह्या स्कीममध्ये एक लाख रुपये गुंतवले की मला दहा हजार मिळणार आणि ही सायकल सुरू होते. कारण आपापले पैसे वसूल करायचा हर एक प्रयत्न करणार. असं होता होता मी थर्ड ऑफिसर आणि नंतर डायरेक्ट मॅनेजर होणार! मग मी क्लाएंटस गोळा करायचे नाहीत. आय वील ओन्ली रन् द शो! ग्रेट ना?''

''ऑल हंबग! ह्या तऱ्हेच्या शंभर स्कीम्स् निघाल्या आहेत. कालांतराने त्यांचं काय झालं हे जनतेला समजतही नाही.''

''तुला मला कधीच प्रोत्साहन द्यावंसं वाटलं नाही. आज बाबा हवे होते. त्यांनी नक्कीच ही स्कीम विचारात घेतली असती.''

''रोहन, तू कायम मला चुकीचंच समजत आला आहेस. मी तुला कायम वाचवण्याचा प्रयत्न केलाय. तू हुषार आहेस. ती हुषारी चांगल्या कामासाठी वापरली जात नाही, ह्याचं वाईट वाटतं मला. मला तुझी वृत्ती माहीत आहे. पैसाअडका, मनोरंजन, हॉटेलिंग, कपडा, वाहन सर्व तुला मुबलक मिळालंय, पण त्यात तुझं समाधान नाही. तू कमव पैसा. पण दुसऱ्यांचा पैसा असा गैरमार्गाने लावून नाही. कष्ट कर, बौद्धिक शारीरिक मेहनत घे. त्यामुळे मिळालेल्या पैशांची चव बघ, धन्य होशील. आयुष्य फास्ट झालंय. नव्या कलाकारांना एका रात्रीत सितारा व्हायचं असतं. विकतच्या डिग्ऱ्या हव्या असतात, कष्ट नकोत. इझी मनी, इझी फेम आणि इझी प्रेमसुद्धा. नको त्या गोष्टींची माहिती लहान वयातच जाहिरातीतून मिळत्ये. आयुष्य म्हणजे नुसती एंजॉयमेंट, धमाल-मस्ती. तूही त्यातलाच. बाकीच्या व्यसनांवर निदान औषधं तरी आहेत; पण तुझ्या ह्या व्यसनावर जगातल्या कुठल्याही डॉक्टरकडे औषध नाही, रोहन. सांभाळ. अजूनही वेळ गेलेली नाही. बाबांच्या पार्टनरकडे जा. तिथे शिक. कष्ट कर. तुझं व्यसन फक्त तूच घालवू शकतोस. मी तुला फक्त मार्ग दाखवू शकते. कृती तुलाच करायला हवी.''

''तू पैसे देणार आहेस?''

मी थकून गेले होते. पण माझं उत्तर कायम होतं.

''नाही.''

''मग बाबांनी माझ्या नावानं ठेवलेत ते दे.''

''नाही.''

"तू मला चॅलेंज देऊ नकोस. मी काहीही करून पैसे उभारू शकतो."

"उभार!"

"ठीक आहे. आता दाखवतोच तुला, मी काय करू शकतो ते!"

मी त्याची आई का वैरी? त्याच्या दृष्टीने वैरीच. ठरवल्याप्रमाणे रोहनने पैसा उभारला, कंपनी जॉइन केली. मग त्याची धावपळ सुरू झाली. ह्याला गाठ, त्याला गाठ! सुरुवाती सुरुवातीला मला खिजवण्यासाठी ऐटीत येऊन सांगायचा, हा मेंबर झाला, तो मेंबर झाला! सतत फोन. लाखाशिवाय बात नाही. माझा अंदाज चुकला की काय? आनंद वाटला. मी जरा रिलॅक्स होते ना होते तोच हळूहळू फोनवरचं बोलणं बदललं.

"हां भाई, मिल जायेगा, परेशान मत होना!"

किंवा

"मैं कहां भाग रहा हूँ? यहीं तो हूँ। हो जायेगा. हां हां." वगैरेसारखं; थोडंसं आश्वासक, थोडंसं शंका निर्माण होणारं.

"रोहन, काही प्रॉब्लेम?"

"थोडासा."

"काय झालंय?"

"तुला कशाला सांगू? ऐकून तुला बरंच वाटणार. मी तुझं ऐकलं नाही ना!"

"तुझे आत्तापर्यंत हे असले व्यवहार कमी का झालेत? सोडवलंच ना तुला तरीही!"

"तू नाही, बाबांनी. आणि बाय द वे. तू आता सोडवणार आहेस का?"

"नीट सांगशील?"

"क्लाएंटस् बरेच मिळाले. माझ्यामार्फत त्यांचे पैसे कंपनीत जमाही झाले. सुरुवातीला सर्वांना स्किमप्रमाणे सर्व गोष्टी व्यवस्थित मिळाल्या; पण आत्ताचा एक लॉट खोटे दागिने आलेत. सेकंड हँड मोबाईल्स सप्लाय झालेत."

"किती लोकांचे किती पैसे जमले तुझ्याकडे?"

"जवळ जवळ एक करोड!"

"लोकं इतकी बुद्धु असतात?"

"सेमिनारला लोकांवर सॉलिड इंप्रेशन पडतं, त्या लेक्चर्सचं, स्लाइडस्चं, वातावरणाचं!"

"त्यांनी पैसे गुंतवले तर काही रिसीट वगैरे?"

"छे! हा पूर्ण विश्वासावर चालणारा बिझनेस आहे."

"तू एक मूर्ख. आणि ती लोकं दहामूर्ख! साधं किराणा सामान किंवा औषध जरी विकत घेतलं तरी त्याची रिसीट आपण मागतो आणि एवढी मोठी रक्कम गुंतवण्याची रिसीट नाही?"

"मोठ्या सर्कलमध्ये असंच चालतं. ते लोक जबानीवर विश्वास ठेवतात."

"म्हणजे तू कुठल्या सर्कलबद्दल बोलतो आहेस?"

"ह्या कंपनीचा डायरेक्टर तशाच कुठल्यातरी लोकांच्या नात्यातला आहे."

"रोहन, काय केलंस तू हे?"

"मला अगोदर हे सगळं कुठे माहीत होतं?"

"मला तुझ्या सद्सद्विवेकबुद्धीची किव येते. नाही रोहन, तुझ्या ह्या परिस्थितीतून राहुलही तुला सोडवू शकला नसता. मी तर एक बाईमाणूस! आणि त्यापेक्षाही तू केलेल्या ह्या प्रकाराचा मला तिरस्कार वाटतोय. मी नाही तुला सोडवू शकत. हे माझ्या अवाक्याबाहेरचं आहे. माझ्या तर्कशक्तीच्या बाहेरचं आहे. जा रोहन, आता हा सामना तुझा तुलाच करायला हवा."

"आई, प्लीज."

"ठीक आहे. माझ्याबरोबर पोलीसस्टेशनवर चल. जसं जसं घडलं, सांगून टाक. इतरांनी तुझ्याविरुद्ध तक्रार करण्याअगोदर आपण जाऊ. ती लोकं फक्त तुला ओळखतात. त्यांना त्या के. के. रावशी काय देणं-घेणं?

"मी तुरुंगात जाऊ?"

"नाही रे. तसं काही होऊ नये म्हणूनच तुला सांगत्ये."

"असं कसं शक्य आहे?"

"जास्तीतजास्त काय होईल? शिक्षा होईल. भोग. तुझं कृत्य शिक्षेला पात्र असंच आहे."

"तिथं माझे हाल होतील. त्यापेक्षा तू एकदाच दे ना मला पैसे!"

"कुठून देऊ? करोड रुपये म्हणजे काय मामुली रक्कम आहे का? नाही, रोहन मला शक्य नाही."

"मग, काय करू मी? कुठे पळून जाऊ?"

"कुठेही नको रे पळून जाऊस. ऐक ना माझं आता तरी. पोलिसांकडे जाऊ. कबूल कर सर्व काही. मोकळा होशील. दुसरा मार्ग नाही आता."

इतकं काही झालं असेल, हा विचारही मनात कधी आला नव्हता. रोहन दार थाडकन आपटून निघून गेला होता. माझं माझ्या कामातलं लक्ष

उडालं. तास न् तास अशीच रिकामी बसून राहू लागले. फोन वाजायचा, तो रोहन कुठे आहे विचारायला. दारात कशी कशी माणसं यायची, रोहनची चौकशी करायला. रोहन कुठे आहे? माहीत नाही.

गेल्याच वर्षीची गोष्ट! असाच मुसळधार पाऊस पडत होता. दाराची बेल सतत वाजत राहिली होती, अगदी दार उघडेपर्यंत! दार उघडलं आणि रोहन वादळासारखा घरात शिरला.

"आई दार लाव. मला लपव!"

"रोहन, कुठे होतास? काय झालंय? काय अवस्था केली आहेस?"

"सांगतो. जाम दार उघडू नकोस."

"कोण लोकं? काय केलंस तू अजून?"

तेवढ्यात दारावर धक्के बसायला लागले. त्या धक्क्यांनी दार तुटलं. चारपाच तगडी माणसं घरात घुसली. रोहनला बकोटीला धरून बाहेर घेऊन गेली. मी फोनपाशी धावले. पोलिसांचा नंबर डायल करेपर्यंत आर्त किंकाळी ऐकू आली. धावत बाहेर गेले. भर पावसाच्या पाण्यात लाल रंग मिसळून जात होता. रोहन वेदनांनी तडफडत होता.

रोहनला जाऊन आज एक वर्ष झालं!

फूट आणि फूटवेअर

माझ्या लहानपणी 'मुंबई अ' आणि 'मुंबई ब' किंवा फारच फार तर विविध भारतीने सकाळ उजाडायची. 'घन:श्याम सुंदरा' किंवा 'उठा उठा सकळीक...' नाहीतर जागते रहो सिनेमातलं 'जागो मोहन प्यारे...' अशा सुमधुर आवाजात, शांत, सुंदर चालीत सकाळ व्हायची, आणि आता FM-91 किंवा 93.5 FM, रेडिओ मिर्ची सकाळ-दुपार-अहोरात्र किंचाळत असते. श्वासही न घेता ही रेडिओवरची मंडळी बडबडत असतात आणि मधूनच त्यांना विश्रांती हवी म्हणून एखादं गाणं लागतं.

शांत, सुंदर जीवन कधी, कसं मागे पडलं, हे कळलंही नाही. मीही धावतोय रेडिओवरची मिर्ची चुकून तोंडात येऊन चावली गेल्यासारखा. पाण्याच्याऐवजी शांतता, शांतता असं ओरडत!

छे: हे काय आयुष्य आहे?

आज एक तर उठायला मोजून 'एक्क्याण्णव' सेकंद उशीर झाला. ह्याचा फायदा घेऊन अजित – म्हणजे माझा मुलगा जो इयत्ता, सॉरी, स्टँडर्ड सेव्हन्थमध्ये आहे तो – बाथरूममध्ये घुसला. सर्व गणित इथं चुकलं आणि त्यामुळे स्टॉपवर मी येऊन पोहोचे तो माझी नेहमीची बस मला सोडून निघून गेलेली होती. सहजच आजुबाजूला नजर गेली. स्टॉपला लागून एक चहाची टपरी, इडली-डोशांची गाडी, पेपरवाल्याचा स्टॉल आणि एक मोची. चहाच्या टपरीत एक बाई. चांगली खमकी. रिक्षावाले, फेरीवाले ह्या तऱ्हेच्या लोकांना सडेतोड बोलणारी. मी जेव्हा इथे घर घेतलं तेव्हा एक सूनसान रस्ता आणि रस्त्याच्या आजुबाजूला अर्धवट बांधकाम झालेल्या काही

इमारती, एवढंच होतं. सायली म्हणजे सायू म्हणजेच माझी बेटर हाफ, त्या काळी इथं यायलाच तयार नव्हती. दादरसारखी सतत गजबजलेली वस्ती सोडून इथं जंगलात कसं राहायचं? पण आता? आता हा भाग म्हणजे उच्चस्तरीय मध्यमवर्गाचा! जराशी कॉलर टाईट! पण प्रत्यक्षात काय? तर अशा इमारतींच्या कंपाऊंडच्या आधारे अनधिकृत उभ्या राह्यलेल्या असंख्य टपऱ्या! असंख्य रिक्षा, असंख्य माणसं, म्हणजे इतकी की ही – ही आलेली बस आधीच्याच स्टॉपवर संपूर्ण भरून गेलेली. माझ्या स्टॉपवर हुलकावणी देऊन सरळ निघून गेली.

हॅट्, हे काय लाईफ आहे?

ह्या टपऱ्यावाल्यांचं बरं आहे. ना बसच्या रांगेत उभं राहावं लागतं, ना ट्रेन पकडण्यासाठी धडपडावं लागतं. बसल्याजागी व्यवसाय आणि रोख व्यवहार. बाकीच्यांचं ठीक आहे; पण मधूनच विचार येतो, तो त्या मोच्याचा! बारा-तेरा वर्षांचा पोरगा असेल. एक मोठीशी छत्री. ती सिनेमात असते... तशी. तर त्या छत्रीखाली ह्याचं साम्राज्य! एका कळकट पत्र्याच्या डब्यात काळा आणि पांढरा दोरा, दाभण, खिळे आणि असंच आवश्यक ते सामान. ह्या पोराला मी कधी त्याची ही छत्री उघडताना किंवा मिटताना बघितलेलं नाही. हा येतो कधी, जातो कधी? आणि ह्याचा व्यवसाय त्याला काय मिळवून देत असेल? रोजचं जेवण तरी पोटभर असं मिळत असेल का?

आता मात्र कमालच झाली. काय धक्का मारलाय मला.

"ए, काय रे - धक्का मारतोस..."

शँ: ही पण बस गेली.

सरळ पुन्हा घरी जावं हेच बरं! की रिक्षाने जाऊ? त्या वन वेमध्ये एकदा का रिक्षा अडकली की झालं... मग तर फक्त मीटर वाढत राहातं. आपण मात्र जिथल्या तिथे!

ह्या खालच्या थराच्या लोकांचं बेस्ट असतं. आपल्यासारखी लाज वगैरे त्यांना वाटत नाही. वरच्या थराच्या लोकांचं पण बेस्टच असतं. ते 'बेस्ट'–वरती अवलंबून नसतात. माझ्यासारख्या मध्यमवर्गीयांची वाट लागते. ना खालच्या थराला जाऊ शकत, ना वरच्या थराला पोहोचू शकत. जाऊ दे...

आपण आपलं ऑफिसलाच जावं. लेट मार्क होईल. होऊ देत. घरी जाऊन तरी काय करणार? ऑफिसपेक्षा दुप्पट कामं करावी लागतील.

एक सकाळ बिनसली की संपूर्ण दिवसच बिनसतो. निदान माझं तरी असंच होतं. आम्हा क्लार्क लोकांना हे साहेब समजतात तरी काय? चारचौघांत

अक्कल वगैरे काढायची म्हणजे हे टू मचच!

असाच थकूनभागून ऑफिसमधून परतलो. सकाळसारखीच आत्तासुद्धा सर्व टपऱ्यांवर गर्दी होती. रिक्षावाले पादचाऱ्यांच्या जाण्यायेण्याच्या मार्गावर रिक्षा लावून गप्पा मारत उभे होते. हा त्रास सहन करत लोकांची ये-जा चालू होती. सहज नजर गेली त्या मोचीवाल्याकडे. तो काहीतरी वाचत होता. एवढ्या गदारोळातही अगदी मग्न होऊन त्याचं वाचन चालू होतं. कुतूहल वाटलं. त्याच्याजवळ गेलो; पण त्याला माझी चाहूलही लागली नाही. मला एकदम अजित आठवला. त्याला अभ्यास करताना जराही आवाज चालत नाही आणि हा मोची... तो मात्र... त्याला जराही डिस्टर्ब न करता मी घरी परतलो आणि मग मात्र मला एक छंदच लागला. जाता-येता माझं लक्ष आपोआपच त्या मोच्याकडे जायचं. तो कधीही रिकामा बसलेला मी बघितलं नाही. त्याची बैठकही ठराविक होती. मोठी छत्री, छत्रीच्या दांड्याला चार विटा लावलेल्या. त्या विटांच्या आधाराने ती छत्री उभी राहायची. एक मऊसर बैठक. बैठक म्हणजे काय? एखादं जुनेरंच; पण जोडून जोडून जाड केलेलं. त्यावर मांडी ठोकून गडी बसलेला. साधी चट्टेरी पट्टेरी लुंगी आणि साधंसं पण स्वच्छ बनियन. काम नसेल तेव्हा हातांत कसलंसं पुस्तक. मला आश्चर्य वाटण्याचं तेही एक कारण होतं. तो कधीही मासिकं वाचताना दिसला नाही.

एक दिवस अगदी न रहावून मी सायूकडे त्या मोच्याचा उल्लेख केला. तीसुद्धा म्हणाली की तिनेही त्याला कायम काही ना काही काम करताना, वाचताना बघितलंय म्हणून! मी त्याच्याशी बोलायची संधी शोधू लागलो. तसं तर एखादी जुनी चप्पल घेऊन मी गेलोही असतो त्याच्याकडे; पण मला असं जाणून-बुजून, उगाचच निमित्त काढून त्याच्याकडे जायचं नव्हतं. तो त्याच्या विश्वात मग्न होता. उगीचच त्याला त्या विश्वातून मी बाहेर का काढावं? आणि एक दिवस मला त्याच्याकडे जायची खरीखुरी संधी मिळाली. कशी?

रविवारचा दिवस. मस्त आरामात उठण्याचा दिवस! घरात सायूला आणि अजितला सांगूनच ठेवलंय, रविवारी मी जितका वेळ झोपायचं असेल तेवढा वेळ झोपेन. कुणीही उठवायचं नाही आणि एफ्. एम्. रेडिओ, टी.व्ही. ह्यातले कुठलेही आवाज माझ्यापर्यंत पोहोचले नाही पाहिजेत; पण आजचा रविवार माझ्या ह्या कडक सूचनांचं उल्लंघन करणारा ठरला. सकाळच मुळी सायू आणि आजूच्या भांडणाने झाली. आजू म्हणजे अजित तारस्वरांत किंचाळत होता. शेवटी नाईलाजाने उठलोच. काय झालंय एवढं?

असं म्हणत बेडरूमचं दार उघडलं तर दारातच हा सारा पसारा. सायूनं संपूर्ण माळा रिकामा केला होता. जादुगाराच्या पोतडीतून अजिब अजिब वस्तू बाहेर पडाव्यात, तशा माळ्यावरून अजिबोगरीब वस्तू भूतलावर येऊन पडल्या होत्या. सायू त्याला त्या वस्तूंचा पंचनामा करायला सांगत होती आणि आजूला त्याची केव्हा तरी हरवलेली बॅट अचानक सापडल्यामुळे तो सायूवर आरोप करत किंचाळत होता की तिनेच ती माळ्यावर टाकली होती आणि त्याला सायूनं बॅट हरवली असं खोटंच सांगितलं होतं म्हणून! मी कसाबसा त्या दोघांमध्ये उभा राहिलो; कारण पायाखाली असलेल्या अनेक उंचसखल गोष्टी धड उभं राहू देत नव्हत्या. तब्बल वीस-पंचवीस मिनिटांनी दोघांना शांत करण्यात मला यश आलं. "सॉरी, तुझी रविवारची झोप आज खराब झाली, चहा आणते हं. तू बस ना हॉलमध्ये." असं गोड बोलून सायू निघून गेली. चिरंजीव जराशे घुश्श्यातच होते. त्याच्या खांद्यावर हात टाकून अगदी प्रेमळ बापाप्रमाणे त्याच्याशी मस्ती करत, कुरवाळत मी त्याला हॉलमध्ये घेऊन आलो. चहा घेऊन जरा ताजातवाना झालो. सायूने एकटीने माळा साफ करायला घेतलाय बघून मला माझीच लाज वाटली. *हे काय बायकांचं काम आहे का? आम्ही दोघं मग त्या सर्वत्र पसरलेल्या वस्तूंचं काय करायचं? त्यातल्या आवश्यक किती? टाकून द्याव्यात अशा किती, हे ठरवायला लागलो.* जुने प्लॅस्टिकचे डबे, वॉटर बॉटल्स, थोडक्यात जे सर्वांच्या माळ्यावर सर्वसाधारणपणे सापडतं, तेच इथेही होतं. अगदी मोडक्या छत्र्यांसकट.

छत्र्या! यस्. ह्या दुरुस्त करायलाच हव्यात. पावसाळा जवळ येतोय आणि तो मोची मला खुणावतोय.

दुसऱ्या दिवशी लगेचच छत्र्यांचं भेंडोळं घेऊन मोच्याकडे पोहोचलो. घरातलं हे असलं दुरुस्तीचं काम मी अगदी पुढाकार घेऊन करतोय म्हटल्यावर सायू एकदम खूष झाली. त्याच नादात तीन-चार किलो रद्दी रद्दीवाल्याकडे घेऊन जाण्याचं काम तिने स्वखुषीने स्वीकारलं.

तो तसाच बसला होता. एक युवती त्याच्या पुढ्यात लंगडी घालण्याच्या अविर्भावात उभी होती. एका पायातली चप्पल मोच्याच्या तावडीत होती आणि दुसऱ्या पायात उंच टाचांची म्हणजे जवळ जवळ तीन ते साडेतीन इंच उंच अशी चप्पल घालून ती उभी होती. ती बुटकी नव्हती. चांगली उंची असणाऱ्या ह्या आजकालच्या मुलींना इतक्या हाय् हिल्सच्या चपलांची गरज का भासावी? मी सहजच तो ती चप्पल कशी दुरुस्त करतोय हे बघू लागलो. काय स्कीलफूल काम करत होता तो. वा! तो मोकळा झाल्यावर

मी त्याच्या हातात माझ्या छत्र्या दिल्या. त्याने बारकाईने निरीक्षण केलं. म्हणाला,

"साहेब, ह्या दोन छत्र्या दुरुस्त होतील; पण ही तिसरी मात्र अगदीच निकामी झालीये. मी दुरुस्त केली तरीही फार काळ टिकणार नाही."

"ती राहू दे मग! बरं, ह्या दोन छत्र्यांचे किती पैसे होतील?"

"हँडल नवीन टाकायचं असेल तर पंचाहत्तर रुपये होतील."

"करून टाक!"

"उद्या संध्याकाळी या किंवा ऑफिसातून आलात की घरी जाताना घेऊन जा."

"तू मला ओळखतोस?"

"नावाने नाही. पण रोज बघतो ना तुम्हाला येता-जाताना."

"पण आपली तर कधी नजरा-नजरही झालेली नाही."

"तसं माझं फारसं कुणाकडे लक्षं नसतं; पण तुम्ही मला बरेच वेळा बघत असता हे क्वचित डोळ्यांच्या कोपऱ्यात जाणवतं."

"काय वाचत असतोस?"

"परीक्षेला बसलोय. दहावीच्या."

"अरे वा!"

"प्रयत्न करणार. पास झालो तर पुढेही शिकेन."

"होशील. अगदी नक्की होशील."

"थँक्यू साहेब!"

"तुझं नाव काय रे?"

"यशवंत मोरे."

"बरं यशवंत, उद्या येतो."

यशवंतची बोलण्याची पद्धत मला आवडली आणि मग रोजच, मी मला सवड असेल त्याप्रमाणे कधी हसून तर कधी "काय? कसं काय?' असं विचारून येऊ-जाऊ लागलो.

असंच एक दिवस त्याने मला 'ओ साहेब. ओ साहेब' म्हणून बोलावून घेतलं. माझ्या हातावर त्याने पेढे ठेवले. "साहेब, दहावी पास झालो. सेकंड क्लास मिळाला." मला इतकं बरं वाटलं. एक्कावन्न रुपये त्याला बक्षीस म्हणून तिथल्या तिथे देऊन टाकले. घरी आल्याबरोबर सायूला यशवंताच्या यशाची बातमी दिली.

"आता हा यशवंत कोण?"

"विसरलीस? अग तो नाक्यावरचा मोची."

“त्याचं नाव यशवंत? तुम्हाला बरं माहीत.”

“एकदा असंच बोलताना त्याचं नाव कळलं; पण तो दहावीत सेकंड क्लासने पास झाला, दिवसभर काम करूनही! हे महत्त्वाचं आहे.”

“खरं आहे. जायूसुद्धा पास झाला. तोही सेकंड क्लासच! दिवस न् दिवस अभ्यास करून! मोठी गंमत आहे ना?”

“चालायचंच.”

“नाही. असं नाही चालणार. त्याला अभ्यास करताना शांतता हवी. आपण देतो. महागडी पेनं हवीत-देतो. गाईडस्, सेल्फ स्टडी, कंपास, सर्व सर्व देतो. तरीही रिझल्ट सेकंड क्लास.”

“सायू, तू तुलना करत्येस.”

“करणार नाही?”

“नको करूस. कारण प्रत्येक मुलाची एक कपॅसिटी असते. जायूची कुठल्या वेगळ्या विषयातली असेल. अजून तो आठवीतच आहे. थांब जरा. आणि अशी तुलना करून तू दुःखी का व्हावंस. उलट तुला आनंद झाला पाहिजे. साधासा एक मोची, आज कष्ट करून एवढं यश मिळवतो. ही चांगलीच घटना आहे.”

आजूला कमी मार्क मिळाले. मलाही ते कुठेतरी लागलं होतंच. सायू म्हणते त्याप्रमाणे, ह्या मुलाला आम्ही काही म्हणजे काहीच कमी पडू देत नाही. कर्ज काढू एक वेळ पण त्याच्या इच्छा पूर्ण करू. कारण एकुलता एक; पण इथे आजूची चूक नाहीये. चूकतोय आम्हीच. त्याला ‘नकार’ म्हणजे काय? हे आम्ही जाणवूनच देत नाही आहोत. माणसाला नकाराचीसुद्धा सवय असायला हवी. मित्राकडे अमूक एक आहे, म्हणून मलाही अमूक हवंच, ही वृत्ती बदलायला हवी. आता ही वृत्ती बदलेल?”

शॅ: काय लाईफ आहे! ज्या गोष्टी आम्हाला आमच्या लाहनपणी मिळाल्या नाहीत, त्या गोष्टी आम्ही आमच्या मुलांना पुरवतो; पण मुलांना त्याचं अप्रूप वाटत नाही तर त्यांना तो त्यांचा हक्कच वाटतो. आणि हा पुरवठा थांबवला तर आई-बाप वाईट किंवा चिक्कू. पैसे असून देत नाहीत.

नक्की वागायचं कसं? आज कळतंय, आमच्या आई-वडिलांनी आमच्यासाठी किती केलं आणि तरीही त्यांची जी बंधनं होती ती किती आवश्यक होती ते!

शॅ: उशीर झाला. आता हे समजूनही मी काय करणार आहे? आजूला जवळ घेणार. अभ्यास, शिक्षण महत्त्वाचं आहे, हे पटवून देणार. ह्या धावत्या जगाबरोबर जगायचं असेल तर त्याने त्याचा वेग किती वाढवायला हवा - हे समजवणार. त्याचं बालपण एकदम संपवूनच टाकणार!

शॅ: हे काय त्याचं लाईफ? त्याचं आणि अशाच अनेक घराघरांतल्या आजूंचं!

आम्ही क्लार्क, म्हणजे साहेबांच्या बुद्धिबळाच्या पटावरची प्यादी. कुठेही, कसंही त्यांनी आम्हाला चालवावं. आम्ही चालू शकतो, फक्त एकच घर. तेही त्यांच्या मर्जीप्रमाणे. कळव्याला आमचं एक ऑफिस आहे. तिथं एक नवीन खातं ओपन झालंय. शॉर्टेज आहे ते क्लार्क ह्या प्याद्यांचं. चला, करा बदली. निदान सहा महिन्यांसाठी! त्या बदलीच्या यादीत अस्मादिकांचं नाव! गोरेगाव ते दादर - आणि दादर ते कळवा. हे प्यादं एक एक घर म्हणजे एक स्टेशन पार करत कळव्याला जायला लागलं. शॅ: हे काय लाईफ आहे? सायूपण खूप चिडली. आजूला तर मी आठवडेच्या आठवडे भेटलोच नाही. मी येईपर्यंत तो झोपलेला असायचा आणि मी घरून निघेपर्यंतही तो झोपलेलाच असायचा. ह्या बदलीचा फायदा एकच झाला, मी पहाटे उठायला शिकलो. मस्त शांत वातावरणात स्टेशनपर्यंत चालत जाऊ लागलो. रोजच्या गर्दीतून एक वेळची तरी सुटका मिळाली. सहा महिने म्हणता म्हणता वर्ष गेलं आणि मी पुन्हा माझ्या जुन्या, नेहमीच्या जागी बदली होऊन आलो. मधे संपूर्ण वर्षाचा काळ सरला; पण हे ऑफिस मात्र जसं होतं तसंच आहे. खरं तर हे वर्षानुवर्ष असंच आहे; पण चाकोरीत असताना हे कधी जाणवलं नव्हतं. जरा चाकोरीबाहेर पडलो आणि पुन्हा परतलो, तेव्हा ही जाणीव तीव्र झाली.

पण एक छानसा बदल झाला होता. एक नवीन टपरी उघडली गेली होती घराच्या नाक्यावर. मोठ्ठी छत्री नाहीशी झाली होती. टपरी यशवंतची होती. त्यातही काही अभिरुची होती. साधी पत्र्याची टपरी, पण त्या पत्र्याला आतून छानसा रंग दिलेला. एका कोपऱ्यात कुठल्यातरी देवाचा फोटो - फोटोखाली लाकडी पट्टी, रुंदशी, तीवर निरांजन, उदबत्ती. त्या फोटोला दोऱ्याचा, दोन फुलांचा हार नव्हता तर छानसा चंदनाचा हार होता. जुन्या पठडीतलं उतरतं, फळी उघडता येते तसं बसकं टेबल. टेबलाच्या पलीकडे बसलेला यशवंत! त्याच्या डाव्या हाताला सर्व साहित्य आणि उजव्या हाताला पुस्तकं. न राहावून मी त्याला म्हटलं.

"वा, यशवंता, छान मांडला आहेस संसार!"

"काय साहेब, गरिबाची चेष्टा करता."

"नाही रे, मनापासून सांगतोय. अभिनंदन!"

"थँक्यू साहेब, आपले आशीर्वाद!"

"मी कोण रे एवढा मोठा?"

"आहात तर! पण खूप दिवसांत दिसला नाहीत?"

"बदली झाली होती. परवापासूनच पुन्हा जुन्या ऑफिसात जायला लागलोय. एका वर्षांत बरीच प्रगती केलीस."

"तुमच्यासारखी माणसं भेटतात, प्रोत्साहन देतात, कौतुक करतात आणि मदतही करतात. मग प्रगती व्हायला वेळ लागेल का?"

"अभ्यास कसा काय चाललाय? बारावीला बसणार आहेस ना?"

"हो, साहेब. जमेल तसा करतोय अभ्यास."

"होशील, हीही परीक्षा छानपैकी पास होशील."

आणि खरंच यशवंत चांगल्या मार्कांनी पास झाला. खरंच कौतुक वाटलं त्याचं. कुठलंही मोठं मार्गदर्शन नाही, की कुठला क्लास नाही. आजच्या काळात ही एक गोष्ट खचितच अभिमानाची आहे की कुठल्याही क्लासला न जाता यशवंत बारावी परीक्षा पास झाला. तेही सेकंड क्लास! एक टक्क्याने फर्स्ट क्लास हुकला. म्हणजे खरं तर फर्स्ट क्लासच म्हणायला हवं. नुकतीच एक घटना घडली होती. जो मुलगा दहावीला पहिला आला होता, त्याचं कौतुक सोडून पेपरात जाहिरात आली होती ती, तो कुठल्या क्लासला जात होता त्याची! म्हणजे श्रेय क्लासवाल्याचं, त्याच्या हुषारीचं किंवा श्रमाचं नाही. हे जगच आता जाहिरातीचं झालं आहे. अतिशय खाजगी वस्तूंचीही जाहिरात केली जाते आणि मोठी माणसं आपल्या लहानांसमवेत अशा जाहिराती 'त्यात काय?' अशा अविर्भावात बघत बसतात. चुकून एखाद्या मोठ्याने चॅनेल बदललंच तर लहानग्या म्हणतो, "बाबा, प्रत्येक चॅनेलवर ही जाहिरात येते, आम्ही खूप वेळा बघितली आहे." माझं घरही त्याला अपवाद नाही. माझ्यात तेवढी ताकद नाहीये, इतक्या असंख्य शत्रूंशी मी नाही लढू शकत. आणि मुळात मला जे शत्रू वाटतात ते इतरांना त्यांचे मित्र वाटत असतील.

सायूने गदागदा हलवलं तेव्हा विचारचक्रातून बाहेर पडलो. काय करावं? असा विचार करता करता टीव्ही कधी सुरू केला कळलं नाही; आणि गरम गरम चहा घेत टीव्हीवरचे असंख्य कारनामे बघत बसलो. शॅः हे काय लाईफ आहे! जे आवडत नाही, तेच आवडून घ्यायचं. जे आवडतं ते करायचं नाही, कारण परवडत नाही. एखादी छानशी सहल, एखादा महिना, निदान पंधरा दिवस ह्या दैनंदिनीपासून दूर-सायू, आजूबरोबर जावं. निरनिराळे प्रदेश पहावेत. निरनिराळी माणसं भेटावीत, बघावीत. काही तरी वेगळं नवीन.

नवीन काहीच नाही. बॉस बदललाय. बाकी सर्व तसंच. गेले सात-आठ दिवस कुठल्या विचारात वावरतोय काही कळतच नाहीये. सायूपण तक्रार करत होती, माझं हल्ली कशातच लक्षं नसतं, असं म्हणत होती. परवा तिने नवीन साडी नेसली होती म्हणे. माझ्या ते लक्षातच आलं नाही.

पण खरंच हल्ली माझं लक्ष असतं तरी कुठे? ऑफिसला जायला नेहमीसारखा स्टॉपवर येऊन उभा राहिलो. ती खमकी चहावाली एका रिक्षावाल्याशी वाद घालत होती. नंतर दिसला इडली-डोसेवाला. तव्यावर पाणी पडलं की चूरचूर आवाज होत होता. पेपरवाल्याकडे दोन-चार जणं सहजीच उभे होते. 'अरे, यशवंत कुठे आहे? त्याची टपरी बंद आहे? काही तरी चुकचुकल्यासारखं वाटलं. मग रोजच माझं लक्ष त्या बंद टपरीकडे जात राह्यलं. अनेक महिने असेच गेले. एक दिवस न रहावून पेपरवाल्याला यशवंत–बद्दल विचारलं. त्यालाही खास माहिती नव्हती. हा अचानक गेला कुठे? उगीचच चुटपूट लागून राह्यली. खरं तर त्याच्याशी ना नातं ना गोतं. कोण कुठला? केवढी ही लोकसंख्या! त्यातलाच तो एक. तरीही त्यानं माझं लक्ष वेधून घेतलं होतं आणि उगीचच एक चुटपूट लावून गेला होता.

आजू छानपैकी पास झाला. बी. कॉम झाल्यावर त्याने एम्. कॉम. केलं. अनपेक्षितपणे त्याचं लग्नही ठरलं. घर लहान पडणार होतं. नवीन घर घ्यायचं म्हणजे कर्ज आलं. आत्ता कुठे जरा सर्व कर्जातून मुक्त होत होतो. आजूला नोकरी तर मिळाली; पण लगेचच कर्ज वगैरे घ्यायचं म्हणजे आत्तापासूनच त्याच्या खांद्यावर भार द्यायचा. असाच विचार करत ऑफिसातून बाहेर पडलो. ऑफिस ते चर्चगेट स्टेशन. पंधरा मिनिटांचं अंतर. सगळ्या सुंदर इमारती एका बाजूने आणि अखंड समुद्र दुसऱ्या बाजूने. काय त्या इमारती, त्यातली ऑफिसेस. एअर-इंडिया बिल्डिंग, मोठमोठाली हॉटेल्स आणि अजून एक नवीन बिल्डिंग? इथे आधी काय होतं, तेही आठवू नये! पण ही इमारत म्हणजे बेस्ट. अमेरिकेच्या इमारतींपेक्षा वरताण! हे आपलं बरं आहे. कशाचीही तुलना करायची असली की ती डायरेक्ट अमेरिकेबरोबर. सतत स्वत:ला कमी लेखत राह्यचं. का म्हणून? ह्या इमारतीची तुलनाच होऊ शकत नाही. काम वेगात चाललंय. आणि हां हां म्हणता इमारत पूर्णही झाली. उद्‌घाटन सोहळा. कुणी मान्यवर मंत्रीसाहेब! त्यांनी ह्या इमारतीसाठी काय केलं? काही नाही. त्यापेक्षा ही इमारत तयार करणाऱ्या मजुरांच्या हस्ते उद्‌घाटन झालं असतं तर? त्यांनी तिथे अहोरात्र कष्ट केले, मामुली मजुरीवर आपला घाम गाळला, शिव्याही खाल्ल्या असतील कॉंट्रॅक्टरच्या.

उद्घाटनाचा मान त्यांना मिळाला असता तर किती आनंदले असते ते!

शॅ: काय हे त्यांचं लाईफ?

एक एक करून ते शॉपिंग मॉल भरून गेलं. लखलखती दुकानं, त्यात लखलखत्या नव्या कोऱ्या वस्तू! फॉरेनर्सची गर्दी. उच्च भारतीयांची गर्दी! मी एक साधा माणूस! पण म्हणून काय झालं? त्या दुकानांतून फिरून तर येऊ शकतो. शेवटी एका शनिवारच्या संध्याकाळी घुसलोच. उंची सेंटस्चं एक आख्खं दुकान. कपडे तर बघायलाच नकोत. पर्सेस आणि कॉस्मेटिक्स... एक संपूर्ण दुकान तर फक्त टिकल्यांचं होतं. माझे वडील म्हणायचे, "जी टिकत नाही ती 'टिकली.' त्यांना बिचाऱ्यांना काय माहीत होतं, की न टिकणाऱ्या ह्या टिकल्या एक आख्खं दुकान टिकवून धरणार आहेत म्हणून! चपला, शूज, सहज घुसलो. काय एक एक प्रकार! आम्हाला फक्त बाटाच माहीत. अठ्ठ्याण्णव रुपये पंच्याण्णव पैसेवाले. जे वरचे पाच पैसे जन्मात बाटाकडून परत मिळाले नाहीत. ह्या अशा पाच-पाच पैशांच्या कमाईवर बाटाने किती बंगले उभारले असतील? दुकानांतून गोल चक्कर मारून आलो. काऊंटरवर सहज लक्ष गेलं तर समोर यशवंत!

यशवंत! हो. तोच.

"नमस्कार, साहेब."

"अरे तू?"

"हो साहेब."

"इथे नोकरी करतोस?"

"नाही साहेब. हे दुकान माझं आहे."

"म्हणजे ऽ ऽ ऽ!"

"मी मालक आहे."

"अरे, काय सांगतोस काय?"

"खरंच!"

"विश्वास नाही रे बसत; पण फार आनंद झाला. वा. वा! शाब्बास!"

"थँक्यू साहेब."

"तू हे सर्व कसं काय केलंस?"

"साहेब. तुम्ही फारच मला लाजवताय. एवढं मोठं असं मी काही केलेलं नाहीये."

"असं कसं म्हणतोस?"

"खरंच सांगतो. कुठल्याही गर्वाने बोलत नाहीये. तुम्हाला मी कसा होतो हे माहीतच आहे."

“म्हणूनच तर कुतूहल वाटतंय. सांग.”

“मी चांभार जातीचा. वडिलोपार्जित धंदा. मला कधी त्याची लाज वाटली नाही. ह्याच धंद्याच्या आधारे आई-वडिलांनी मला मोठं केलं. इच्छा एकच होती. मी त्यांच्यासारखा अशिक्षित राहाणार नाही. मी शिकेन, मी साक्षर होईन, ती इच्छा पूर्ण झाली. गोरेगावला असताना बारावी पास झालो होतो. पुढे बी. ए. केलं. रात्रीच्या कॉलेजला जायचो. त्यातही पास झालो. मग एम्. ए. केलं.

“पण अचानक गायब झालास. मला त्या वेळेला अगदी हुरहुर वाटली होती.”

“नाईलाज झाला होता. आमच्या झोपड्या पाडल्या गेल्या. एका रात्रीत बेघर झालो. आसरा शोधत शोधत शिवडीत आलो. तिथे माझा चुलता राह्यचा. त्याने आसरा दिला. जवळच एक चप्पल बनवण्याचा कारखाना होता. मग ठरवलं की कारखान्यात शिकायचं. नुसतं खिळे ठोकत जन्म काढायचा नाही.”

“धंदा तर तुझा वडिलोपार्जितच करणार होतास, तरी एम्. ए.पर्यंत शिकलास! मग त्याचा उपयोग काय केलास?”

“उपयोग होतोय ना आता. ह्या दुकानात येणाऱ्या उच्चभ्रू गिऱ्हाईकांशी कसं बोलायचं, आदब कशी राखायची, माझे उच्चार शिक्षणामुळे सुधारले.

“हे विषयांतर झालं. तू कारखान्यात काम शिकायचास!”

“हो. मग हळूहळू पायाचं माप कसं घेतलं जातं, साईज कसा ठरवला जातो. फर्मा म्हणजे काय? कसा बनवतात हे सर्व शिकलो आणि आजच्या काळाची गरज आवड, फॅशन हेही किती महत्त्वाचं आहे, हेसुद्धा शिकलो. मग काम सोपं झालं. टीव्हीवरच्या जाहिरातींनी मदत केली. लोकांची मानसिकता ख्यालीखुषालीकडे किंवा चैनीकडे झुकत्ये, हे बघितलं. गरज आणि फॅशन ह्याची सरमिसळ केली. चपलांचं डिझाईन करायला लागलो. मालकाला पसंत पडायला लागलं. अशा तऱ्हेने मी डिझायनर झालो. सँपल पीस मी बनवून देत होतो. पुढे त्यावरून कारागीर तशा प्रत्येक साईजच्या चपला, शूज बनवत होते. मोठमोठ्या नावाजलेल्या कंपन्या त्यांचं लेबल लावून हे शूज-चपला घेऊ लागले. मग विचार करायला लागलो, इतरांसाठी काम करण्यापेक्षा स्वत:साठी का करू नये! प्रश्न एकच होता, भांडवलाचा आणि जागेचा. तुमच्यासारखेच एक साहेब आहेत, ते बँकेत मॅनेजर आहेत. त्यांनी माझा भांडवलाचा प्रश्न मला कर्ज देऊन सोडवला. आता माझी स्वत:ची फॅक्टरी आहे. आधी एक छोटंसं दुकान भाड्यावर घेतलं होतं. खूप छान प्रतिसाद

मिळाला गिऱ्हाईकांकडून आणि आता हे दुकान. कर्ज घेतलंय; पण मी ते नक्की फेडू शकेन. आडीडास, नायकीसारख्या कंपन्यांशी तुलना व्हायला हवी. त्याच्या स्पर्धेत उभं राह्यचं आहे.''

''छान. अतिशय छान! तुझं कौतुक करावं तेवढं थोडंच आहे.''

''साहेब, मी एकटा ह्या कौतुकाला पात्र नाही. माझ्या आई-वडिलांनी प्रोत्साहन दिलं. बऱ्याच जणांनी त्यांच्या त्यांच्या परीने मला मदत केली. सुरुवात झाली ती तुमच्यापासून. तुमच्या एक्कावन्न रुपयांपासून. आठवतं तुम्हाला? मी दहावीची परीक्षा पास झालो, म्हणून तुम्ही मला तेव्हा दिले होतेत.''

''हो. आठवतं.''

''ते माझं पहिलं बक्षिस होतं.''

''तू त्याची आठवण ठेवलीस!''

''कसं विसरेन?''

''ह्यापुढे काय करायचंय तुला अजून?''

''खूप काही. अगदी 'जयपूर फूट'पर्यंत मजल मारायची आहे. आत्ता जे काही मी फूअवेअर बनवतोय, ते जास्तीत जास्त असा विचार करून, की प्रत्येक व्यक्तीला वाटलं पाहिजे की, त्यांनी घातलेले फूटवेअर फक्त त्याच्यासाठीच बनवले गेले आहेत. वजनाला हलके. क्वालिटीच्या बाबतीत उत्तम. किंमतही वाजवी. तळागाळातल्या माणसापासून उच्चभ्रु सोसायटीतल्या माणसांपर्यंत, प्रत्येकाला ह्या दुकानातल्या फूटवेअरची किंमत मोजताना एकप्रकारचं समाधान मिळायला हवं. मला नफा हवाच; पण तो फक्त माझा व्यवसाय पुढे चालण्यापुरताच.''

''खूप बरं वाटलं, यशवंत! नावाप्रमाणेच यश मिळवलंस आणि त्याच–बरोबरीने वास्तवही विसरला नाहीस. तुझे पूर्वीचे दिवस विसरला नाहीस, आणि त्या दिवसांतल्या तुला सोबत केलेल्या लोकांनाही विसरला नाहीस. मी सायूला घेऊन इथे येईन. मुद्दाम. आजूलाही आणेन. तुझा आदर्श त्याने ठेवावा म्हणून.''

''काय साहेब, चेष्टा करता का? राहू दे. बराच उशीर झालाय. निघू या?''

''खरंच की! आता घरी पोहोचायला रात्र होईल.''

''मी सोडतो साहेब तुम्हाला. त्या निमित्ताने एकदा माझी टपरीपण बघून घेईन. ती आहे का अजून?''

''आहे ना! आता एक पानवाला असतो तिथे.''

"चला. निघू या."

यशवंतने त्याच्या नोकराला हाक मारली. गाडी आणायला सांगितली. दुकान बंद करायला सांगितलं. मी शटरच्या बाहेर येऊन थांबलो. दुकानाच्या दारात आयकॉन येऊन थांबली. दुकानातून यशवंत बाहेर आला आणि मी सरपटलो. माझी वाचाच बंद झाली. शहारलो. त्याच्याकडे बघतच राहिलो. यशवंत कुबड्यांच्या आधाराने एक एक पायरी उतरत होता. शरीराच्या मनाने अतिशय दुबळे पाय. हँगरला पँट अडकवावी तशी त्याची पँट कंबरेला लटकवलेली वाटत होती. दोन्ही पावलं दोन विरुद्ध दिशेला वळलेली. अनवाणी! पाय निर्जीव!

यशवंत माझ्याजवळ येऊन उभा राह्यला. तो कसा काय उभा राहणार? कुबड्या उभ्या राह्यल्या. शोफरने दार उघडलं. तो सरावाप्रमाणे गाडीत बसला. मी दुसऱ्या बाजूने बसलो. डोळ्यांच्या कडा पाणावल्या होत्या. यशवंतने माझ्या हातावर हात ठेवला, म्हणाला,

"काय, साहेब?"

मी काय बोलणार?

"साहेब..."

मी गप्पच. माझ्या डोळ्यांसमोर एकदम त्याची बैठक आली.

तो कधीच त्याची छत्री उघडताना किंवा बंद करताना दिसला नाही. सर्व कारणं आत्ता कळत होती.

"साहेब, गप्प झालात! मी तर जन्मापासूनच असा आहे. तुम्हाला हे माहीत नव्हतं म्हणून आश्चर्य वाटतंय! पण कधी तशी वेळच आली नाही."

"यशवंत..."

"अहो, माझ्यासाठी मी पांगळा असणं हे काहीच महत्त्वाचं नाहीये. पण माझा व्यवसाय मात्र म्हणूनच मला महत्त्वाचा आहे. मी माझ्यासारखे अनेक बघितले आहेत. भीक मागताना, रडताना! मला तसं व्हायचं नव्हतं. म्हणूनच वडिलोपार्जित साध्याशा व्यवसायाला मला महत्त्वपूर्ण करायचं होतं. माझ्या पायांनी उन्हाचे चटके सहन केलेत. पावसाळ्यात चिखलाने राड झालेल्या रस्त्यांवरून हिंडलोय, दगड-माती किती तरी वेळा टोचलीय. ह्या सर्वांचं काही वाटत नाही; पण घाण वाटायची ती रस्त्यावर लोकांनी थुंकलेल्या थुंकीची, पानाच्या पिचकाऱ्यांची! त्याने पाय बरबटायचे. मग मोजे घालून हिंडायला लागलो. तेवढीच जरा स्वच्छता. मग ठरवलं, ज्यांना धडधाकट पाय आहेत, त्यांच्यासाठी उत्तमातले उत्तम फूटवेअर बनवायचे. ह्या सर्व त्रासातून त्यांच्या पावलांना सुखद करायचं. म्हणजे माझ्यापरीने! आणि ह्या

ध्येयामुळेच हळूहळू एकेक जमायला लागलं. अजून बरीच मजल मारायची आहे. माझ्यासारख्यांसाठी जयपूर फूटसारखं पण स्वस्त, आणि मस्त असं फूटवेअर बनवायचं आहे. शिकतोय. महिन्यातले दहा दिवस जयपूरलाच असतो शिकण्यासाठी.''

यशवंत त्याचं भावी आयुष्य, भावी कल्पना, भावी ध्येय आणि भावी स्वप्नं सांगत होता. मी मात्र निःशब्द झालो होतो.

घरापर्यंत गाडी पोहोचली. यशवंतला घरी चल म्हटलं; पण त्याला तीन मजले चढवतील का? ह्या विचाराने आग्रह केला नाही. 'उशीर झालाय,' असं म्हणत तोही नको म्हणाला. गाडीने वळण घेतलं. पाठमोरी गाडी, त्याचे टेल लाईटस्, मागच्या काचेतून दिसणारा यशवंत आणि बाजूलाच उभ्या ठेवलेल्या दोन कुबड्या!

'वा. हेच तर खरं लाईफ आहे.'

तीन मजले! वयानुसार हे तीन मजले चढून जाणं हल्ली जीवावर यायला लागलं होतं. पण आज, ह्या तीन मजल्यांचं काहीच वाटत नाहीये. एक अपंग माणूस गगनभरारी घेऊ इच्छितो आणि त्याप्रमाणे तो कृतीही करतो. आणि आम्ही माणसं कायम स्वतःच्या आयुष्याला कोसत राहातो. हात-पाय-सर्व अवयव धडधाकट, तरीही रडगाणं गाणाऱ्या माझ्यासारख्या माणसाला एक अपंग काय काय शिकवून गेला. त्याचं शारीरिक दुबळेपण, आणि माझं मानसिक! शारीरिक दुबळेपणावर मात करता येते, हे त्याने सिद्ध केलं. पण मानसिक दुबळेपणावर! आजू खंबीर झाला पाहिजे. तो माझ्यासारखा दुबळा राहाता कामा नये. त्याने स्वतःचं घर घेतलंच पाहिजे. कर्ज काढून ते फेडलं पाहिजे. जीवनाला भिडून, समरसतेने जगलं पाहिजे.

मी एका दमात तीन मजले चढून घर गाठलं.

❖

कबीरजी – सांगा ना

"आता गप बसतेस का?"

"का म्हणून गप्प राहू? मी बोलणार."

"गप्प बस नाहीतर थोबाड फोडून टाकीन."

"पुरुष आहेस, त्या पलीकडे काय करू शकणार? तुझं पुरुषीपण दाखवायचा हा एकच मार्ग आहे तुझ्यापुढे."

"याद राख. माझ्याबद्दल अजून काही बोलशील तर..."

"काय करशील? हिम्मत आहे तुझ्यात? जा ना मग - दाखव तुझी हिम्मत त्या मेहतापुढे. हं. पण तू काय हिम्मत दाखवणार त्याच्यापुढे?"

"वाट्टेल ते बोलू नकोस. सांगून ठेवतोय."

किती वेळ ममा-पपाचं भांडण चालू होतं. गेले काही वर्षं हे असंच चालू आहे. मी सातवी-आठवीत होते, तोपर्यंत सगळं चांगलं होतं. मी एकुलती एक. पपाला अजून एक तरी मूल हवं होतं; पण ममीला दुसरं मूल नको होतं. त्या वेळेला जर ममीने पपाचं ऐकलं असतं तर मला एक भावंडं असतं. कुणीतरी माझं सख्खं. मी माझा त्रास त्याच्याबरोबर शेअर करू शकले असते. आता मात्र मी एकटीनेच सामना करायचा. ह्या दोघांच्या भांडणाशी!

आधीचे दिवस किती छान होते. रोज ममी-पपा शाळेत सोडायला यायचे. मधल्या सुट्टीत गरम गरम जेवण घेऊन यायचे. अगदी ताट-वाटी, थंड पाण्यासकट. माझ्या मित्र-मैत्रिणींसमोर ममी मला भरवायचीसुद्धा. मला कधी लाज वाटली नाही त्याची. जुई माझी सख्खी मैत्रीण. तिला मी आग्रह

करकरून माझ्याबरोबर जेवायला भाग पाडायची. शाळा सुटली की पुन्हा पपा-ममी मला न्यायला यायचे. खरं तर शाळा घरापासून पंधरा-वीस मिनिटांच्या अंतरावर होती. तरीही दोघंही माझ्यासाठी हजर असायचेच. जुई मला म्हणायची, "किती लकी आहेस ग! तुझे ममी-पपा किती करतात तुझ्यासाठी! नाहीतर माझ्या घरून केवळ पेरेंटस् मीटिंग असते तेव्हाच आई येते शाळेत. बाबांना तेवढाही वेळ नसतो." काही काही मुली माझ्यावर जळायच्या. आडूनआडून विचारायच्या, "तुझे पपा काय काम करतात? रोजच त्यांना शाळेत तेही तीन-तीन वेळा यायला कसं काय जमतं?" ह्याचं उत्तर मात्र त्या वेळेला माझ्याजवळ नव्हतं. आणि आता जे उत्तर मिळतंय वाटतंय ते खूप भीतीदायक वाटतय.

मला आठवतंय. त्या वेळेला आम्ही कामतस् क्लबचे मेंबर होतो. दर शनिवार संध्याकाळ क्लबमध्येच जायची. रविवार कुठेतरी मुंबईबाहेर. थोडा चेंज म्हणून! छोटीशी पिकनिक. एका रविवारी आम्ही कर्नाळ्यावरून घरी परतत होतो. ममीच्या मोबाईलवर कुणाचा तरी फोन आला. मी पेंगुळलेली होते. अचानक ममीचा आवाज मोठा झाला. ती पपाला काही तरी विचारत होती.

"तू माझी अपॉइंटमेंट कॅन्सल केलीस?"

"हो."

"व्हाय?"

"त्याची गरज नव्हती, म्हणून!"

"गरज आहे की नाही, हे मी ठरवणार."

"तू भेटूनही काहीही फरक होणार नाही."

"ते मी बघितलं असतं. आत्तापर्यंत मी कधी हरलेली नाहीये. इथेही मला यश मिळालंच असतं."

"तुझ्या नेहमीच्या ट्रिक्स वापरून?"

"अर्थात! त्या ट्रिक्स नेहमीच सक्सेस देतात, देत आल्या आहेत. त्यावरच तुझा आत्तापर्यंत बिझनेस यशस्वी झाला आहे."

"हे सर्व आत्ताच बोललं पाहिजे का?"

"मग कधी?"

"घरी पोहोचू. सीमाला झोपू दे. मग बोलू. तिच्यासमोर आत्ता किंवा नंतरही हा विषय नको."

पुढे काय झालं? मला समजलंच नाही. कसला बिझनेस? कुठल्या ट्रिक्स? आपलेच पपा कुठल्याही वेळी कसे काय घरी असतात? मी शाळेत गेल्यावर हे दोघं काय करतात? ममी कुठे जाते? किती प्रश्न पण उत्तर

एकही नाही.

दुसऱ्या दिवशी सगळं नॉर्मल होतं. दोघं मला शाळेत सोडायला आले. प्रेमाने किस केलं आणि निघून गेले; पण मला फार अस्वस्थ वाटत होतं.

"सीमा, काय होतंय तुला? बरं नाहीये का?"

"जुई, तुझ्याशी बोलायचं आहे. काल ना पपाममीचं काहीतरी बिनसलं होतं. सम प्रॉब्लेम; पण नक्की माहीत नाहीये काय झालं ते."

"बास, एवढंच ना! त्यासाठी सकाळपासून अशी आहे? आमच्या घरी येऊन बघ, सतत काही ना काही बिनसलेलं असतं. कटकट कटकट, भांडणं..."

"ही भांडणं तुझ्या आणि जाईच्याच समोर होतात?"

"हो. घर तर केवढंसं आहे आमचं. भांडायला कुठून वेगळी खोली असणार? आणि आम्ही बेडरूममध्ये जरी गेलो नाही तरी आई-बाबा इतक्या मोठ्यांदा वाद घालत असतात की ऐकू येतंच."

"ममी-पपा जोरात नव्हते भांडत. हळूहळू बोलत होते. बेडरूमच्या बंद दारातून ममीचा बारिकसा रडण्याचा आवाज येत होता. काय झालं असेल ग?"

ममीने मस्त मेकअप् केला होता. ती छानच आहे दिसायला. त्यात अजून छान दिसत होती. पपा पण खूष दिसत होते. मी रिलॅक्स झाले.

पुढला आठवडा छान गेला. नेहमीसारखा. एक दिवस टिफिन घेऊन फक्त पपाच आले.

"ममी कुठाय?"

"ती जरा बाहेर गेल्ये. हे बघ आज सर्व तुझ्या आवडीचं चायनीज् घेऊन आलोय." जुईने जेवणावर ताव मारला. मी उगीचच एकदम निराश झाले. आठवड्यापूर्वीचा प्रसंग तरळून गेला. ममी अशी अचानक कुठे गेली? जेवणच जाईना.

"सीमा, काय प्रॉब्लेम आहे तुझा? गेले काही दिवस तू अशी का वागत्येस?"

"जुई, तुझे बाबा काय करतात?"

"नोकरी. रॅलिज् इंडियामध्ये."

"अश्विनीचे?"

"बँकेत आहेत."

"नीलमचे?"

"त्यांचं तर स्वत:चं हॉटेल आहे. तू हे का विचारत्येस?"

"प्रत्येकाला आपले पपा काय काम करतात, हे माहीत आहे. त्यांच्या मुलीच्या मैत्रिणीलाही माहिती आहे; पण माझे पपा काय करतात ते तुम्हालाही माहीत नाही आणि मलाही! घरात दोघांकडे वेगवेगळे मोबाईल्स, शिवाय लँड लाईन, फ्रीज, टीव्ही, एअर कंडिशनर सर्व सर्व काही आहे; पण हे सर्व कुठल्या बिझनेसच्या आधारावर आहे, हे मला माहीत नाही. कोण विश्वास ठेवणार?"

"हे सर्व तू का विचारात घेत्येस? आपण तशा लहान आहोत आणि आपल्याला काय कळणार बिझनेसमधलं. हे विचार करण्यापेक्षा तू आता अभ्यासाचा विचार कर. परीक्षा जवळ आल्या आहेत. O.K.?

ममी बरेच वेळा बाहेर जायला लागली होती. पपा सतत फोनवर बिझी असायचे. ममी-पपांमध्ये काही तरी टेन्शन आहे, असं वाटत होतं. नक्की काय चाललंय, ते समजत नव्हतं. घरातल्या घरात राहून पपा कुठला बिझनेस करतात? आणि नोकरी न करणारी ममी इतकी घराबाहेर का असते? हल्ली तर कित्येक दिवसांत शाळेतही आली नव्हती.

परीक्षा झाल्या नि दिवस मोकळे झाले होते. लायब्ररी आणि ड्रॉईंग क्लास जॉईन केला. वेळ घालवायला एक साधन हवं होतं आणि तशी मी हळूहळू एकलकोंडी होत चालले होते. घरातही तशी सामसूमच असायची.

त्या दिवशी ममी सकाळपासूनच बाहेर गेली होती. पपा अस्वस्थपणे येरझाऱ्या घालत होते.

"पपा, एक विचारू?"

"विचार ना. परवानगी कशाला हवी?"

"पपा, तुमचा कसला बिझनेस आहे?"

"का ग बाई? मधूनच हा प्रश्न?"

"मधूनच नाही. गेले बरेच दिवस विचारेन म्हणत होते; पण धैर्य झालं नाही."

"ते धैर्य आज झालं? पण त्याची काही आवश्यकता नाही. तुझं आत्ताचं आयुष्य ह्या सगळ्या गोष्टींचा विचार करण्यासाठी नाही. तुला काही कमी पडतंय का?"

"नाही. पण मला माहीत असायला हवं ना, तुम्ही नक्की काय करता ते?"

"तशी गरज नाही."

"पण पपा-

"विषय संपलाय, सीमा. तू जाऊ शकतेस.''

मी माझ्या रूममध्ये गेले आणि खूप रडायला लागले होते. पपांनी माझा अपमान नव्हता केला; पण तरीही तसंच काहीसं फिलिंग होतं. स्वतःच्या मुलीपासून लपवून ठेवावासा वाटणारा असा कुठला व्यवसाय पपा करत होते?

मॅट्रिकचं वर्ष! खूप अभ्यासाचं, करियरच्या दृष्टीने महत्त्वाचं आणि त्याचबरोबरीने थोडीफार मजा करायचंसुद्धा. क्लास सुरू झाले होते. संपूर्ण दिवस जुई आणि मी, क्लास, शाळा, अभ्यास करत एकत्र घालवत होतो. घरातल्या वातावरणाकडे पूर्णपणे दुर्लक्ष करून मी अभ्यासात गुंतले होते.

अशीच एक अभ्यासाची रात्र होती. साडेअकरा वाजले असावेत. भूक लागली होती म्हणून मी अभ्यास जरा वेळ बाजूला ठेवला आणि हॉलमध्ये पपा टीव्ही बघत होते तिथं गेले.

"पपा, किती उशीर झालाय. ममी अजून नाही आली. मला भूक लागल्ये. तुमचं ड्रिंक घेणं किती वेळ चालणार आहे अजून?''

"चल, आपण जेवू या. काय आहे बघ घरात जेवणाचं?''

"काहीच नाहीये. आपण काय जेवणार आहोत?''

"थांब हं. मी करतो काहीतरी.''

"आता ह्यापुढे काय करणार? आधी नाही का सांगायचं? मी डाळ-भात तरी केला असता.''

"सॉरी माय चाईल्ड. मी– मी बघतो काय करायचं ते.''

"तुम्हाला धड उभंही राहाता येत नाहीये. मी दूध-ब्रेड खाते. अजून बराच अभ्यास करायचा आहे.''

तेवढ्यात ममी आली.

"हाय, माय स्वीट बेबी!''

"कुठे होतीस तू इतक्या उशिरापर्यंत? किती भूक लागल्ये मला. जेवणही नाहीये काही घरात.''

"पपाने दिलं नाही तुला?''

"पपा कुठून देणार? ममी तू आहेस ना? तू नको करायला?''

"फार बोलू नकोस. काय रे? तुला घरात काही नाहीये अन्न, तर हॉटेलमधून ऑर्डर करता नाही का आलं?''

"ममी, मलाच कंटाळा आलाय हॉटेलचं खाऊन खाऊन. कधी तरी

बोलणारच होते; पण तूच विषय काढलाय तर आत्ताच बोलते. गेले कित्येक दिवसांत तू जेवणच केलेलं नाहीयेस. लंच घेऊन पपा येतात शाळेत, तेही इडली, डोसा, चायनीज-असलंच काही तरी. काय झालंय काय तुला? माझी पूर्वीची ममी कुठे हरवल्ये? सांगतेस?''

''हॉटेलमधलं खायला मुलं हपापलेली असतात. तुला मिळतंय तर आवडत नाहीये आणि आता भांडू नकोस. मी थकून आल्ये. झोप आता.''

पपाने ममीला ओरडायला हवं होतं; पण तेव्हा ते काहीच बोलले नाहीत तिला. मी तेव्हा भुकेने आणि रागाने थरथरत होते. मला रडू येत होतं. काहीतरी चिडून बोलावं म्हणून मी पुन्हा हॉलमध्ये गेले, तेव्हा पपांचा आवाज आला.

''तिच्यावर कशाला रागावतेस?''

''मग दुसरं काय करू? मी कामालाच गेले होते ना! तुला नाही तिला सांभाळता येत?''

''ती आता मोठी झाल्ये. मी तिला सांभाळायचं म्हणजे काय करायचं?''

''म्हणजे, हे असं सततचं दारू पिणं थांबवायचं, तिला काय हवं नको ते जातीने बघायचं. जा. काही तरी जेवणाची सोय कर आता.''

''रात्री बारा वाजता काय मिळणार! आणि तुला इतका उशीर का झाला?''

''तू नुसते घोळ घालून ठेव आणि मला विचार. उशीर का झाला ते?''

''पैसे मिळाले?''

''नाही. पुन्हा एकदा भेटायला सांगतोय तो.''

''त्याला सांगायचं नाहीस? पैसे आत्ता द्या. पुन्हा भेटायला नक्की येईन.''

''तो पक्का व्यापारी आहे.''

''पण मग उद्याचं काय आता? हे घर सोडायला लागेल. मालकाला रेंट काही देऊ शकत नाही आपण.''

''उद्या सकाळीच जाईन मी त्याच्याकडे. तूही चल माझ्याबरोबर. तुला बाहेरच थांबावं लागेल. मी तुला पैसे आणून देईन मग तू निघून जा. मी तिथंच थांबेन.''

''किती करतेस तू माझ्यासाठी!''

''हात लावू नकोस मला. तूच माझ्यावर ही वेळ आणली आहेस. माझ्या रूपाचा, स्त्री असण्याचा आणि तुझी हक्काची बायको असण्याचा फायदा घेतो आहेस तू. मला चीड येते. तुझी आणि माझीसुद्धा.''

मी सून्न झाले होते. गोष्टी थोड्या थोड्या उलगडत होत्या आणि मला सर्व असह्य व्हायला लागलं होतं. अभ्यासात लक्ष लागणं शक्य होतं का? सर्व पुस्तकं बंद करून टाकली आणि उशीत तोंड लपवून ठेवलं.

"जुई, मी परीक्षेला बसणार नाहीये."

"का ग? अभ्यास झाला नाहीये का?"

"होणं शक्यच नाही. घरात काय चालू आहे समजत नाही. वेडीपिशी झाल्ये. घर बदलण्याची वेळ आल्ये."

"ह्या वेळेला? परीक्षेच्या सुमारास?"

"हो आणि त्याचं कारण तू विचारू नको. मी सांगू शकणार नाही."

"तुला त्रास होईल असं काहीच विचारणार नाही."

"तुला विनंती करू? तू डबा आणला आहेस का?"

"हो. साधी पोळी भाजी आहे."

"चालेल. मला खूप आवडेल. जेवू मी?"

"सीमा, असं का विचारत्येस? जेव ना."

"तुला एक सांगते, सीमा. तुझ्या घरात काय चाललंय त्याची मला कल्पना नाही; पण तू परीक्षेला बसलंच पाहिजेस. तू असं कर ना! माझ्याकडे रहायला ये. पपा-ममीला शिफ्टिंग करू देत."

"असं चालेल?"

"का नाही? जरूर!"

जुईच्या घरचं वातावरण एकदम वेगळंच होतं. जाईजुईची भांडाभांड. तिच्या आई-वडिलांची एकमेकांत चालणारी चेष्टा, मजा वाटत होती. माझी मनातल्या मनात नकळत तुलना व्हायला लागली. माझं घर आणि जुईचं घर! एकदोन दिवस राहिले कशीतरी, पण शेवटी जुईला सॉरी म्हणून घर गाठलं. तो मेहता का कोण, ममीला पैसे देणार होता, ते त्याने न दिल्यामुळे, आम्हाला घर बदली करणं भाग पडलं. खरं तर मला आता आश्चर्य वाटत होतं. टीव्ही, फ्रीज, म्हणजे सूख देणाऱ्या सर्व वस्तू ममी-पपांनी घेतल्या होत्या; पण गरजेची वस्तू – एक स्वत:चं घर – त्यांनी आत्तापर्यंत का नाही घेतलं?

पहिल्या घरापेक्षा हे घर लहान होतं. मला माझी बेडरूम नव्हती. मी हॉलमध्ये झोपत असे. आत्तापर्यंत असं कधी घडलं नव्हतं. म्हणून जरा विचित्र वाटत होतं. पण हळूहळू सवय झाली.

आज बऱ्याच दिवसांनी ममी घरी होती. पपा कुठे तरी बाहेर गेला होता.

"ममी-"

"बोल, बेटा."

मला जवळ घेऊन तिने किस केलं. नेहमीसारखंच.

"आज घरात?"

"हो. तसं काही खास काम नाहीये आज."

"पपा कुठे आहे?"

"कुठल्या तरी मीटिंगला गेला आहे."

"तुला माहीत नाही?"

"तुला काय विचारायचं आहे?"

"ममी, मी आता चांगली मोठी झाले आहे. ज्या काही गोष्टी मला समजल्या आहेत त्या अर्धवट कळल्या आहेत. त्यामुळे माझा फार गोंधळ होतोय. माझं कशातच लक्ष लागत नाहीये. एकंदरीतच घरात काय चाललंय, ह्याची माहिती मला हवी आहे."

"बिझनेसची कामं, दुसरं काय!"

"कसला बिझनेस? इतकी कामं चालू आहेत तर आपल्याला फायदाही बराच होत असणार."

"होतो ना!"

"मग आपलं स्वतःचं घर का नाही?"

"तेही होईल. जरा मार्केट हल्ली डाऊन आहे ना!"

"मग बाकीची चैन कशी काय परवडते आपल्याला? दोन दोन मोबाईल्स, दोन दोन गाड्या."

"अग, हे सर्व बिझनेस चांगल्या कंडिशनमध्ये असताना घेतलेलं आहे. गेल्या दोन वर्षांत नवीन काही घेतल्याचं बघितलं आहेस का? आणि आत्ता जे काही आहे, तेवढं जरी टिकलं तरी पुष्कळ झालं."

"ममी, तू का नाही बोलत माझ्याशी मोकळेपणाने?"

"तशी वेळ आलीच तर जरूर बोलेन."

मी आणि जुईने एकाच कॉलेजात ॲडमिशन घेतली. तिच्याचमुळे माझा वेळ चांगला जायचा. माझं मन मोकळं व्हायचं. तिच्या संगतीत घरातले सर्व प्रश्न मी विसरून जायची.

अचानक ममीला कॉलेजमध्ये बघून मला आश्चर्य वाटलं होतं. भीतीही वाटली. ममी या वेषांत कॉलेजमध्ये! टाईट, मोठा कट असलेला स्कर्ट, टाईट ब्लाऊज, मोकळे सोडलेले केस, मेकअप्, हाय हिल्स! कॉलेजमधले

मुलं-मुली तिलाच बघत होते.

"हाय, माय स्वीट बेबी!" असं म्हणजे तिने सर्वांसमोर मला किस केलं. प्रथमच मला तिच्या किसचा तिटकारा आला.

"ममी, तू इथे कशी?"

"मी दोन दिवसांसाठी पुण्याला जात्येय. अचानकच जावं लागतंय. तुला निदान भेटावं म्हणून आले. पपा पण आलाय. बाहेर गेटपाशी थांबलाय. चल ना गेटपर्यंत!"

जुई आणि मी गेटपर्यंत गेलो. पपा म्हणाला,

"मी ममीला दादर स्टेशनवर सोडून येतोय. ही घराची चावी."

"पण असं मधेच. अचानक का?" मला ममीचं जाणं खुपत होतं.

"आपण घरी बोलू ना!"

जुईला नजर द्यायला लाज वाटत होती मला. डोळ्यांत तरारून पाणी आलं.

"सीमा, कंट्रोल युवर सेल्फ! आपण कॉलेजमध्ये आहोत. बरेच जण बघत आहेत तुला."

"कसं कंट्रोल करू? ही आई वाटते का? मला तर हल्ली ती एक मॉडेल वाटते किंवा एखादी बाहुली. पपा चावी देणारे आणि ही त्याप्रमाणे नाचणारी!"

"असं नको ग बोलूस!"

"तुझी आई बघ. ती आईच वाटते आणि ती आईच आहे."

"चल, आपण घरी जाऊ."

"तिथे जाऊन काय करू?"

"तुझ्या नाही ग माझ्या."

"नको. माझ्या मनात मग तुलना सुरू होते. तुम्ही सर्व कसे छान असता एकमेकांबरोबर. तुझ्या आईचं तुम्हा दोन्ही मुलींवरचं स्वाभाविक, सहज प्रेम दिसलं की माझ्या आईचं प्रेम व्यक्त करण्याची कुठलीही कृती औपचारिक वाटू लागते. मग तुझ्याबद्दल एक प्रकारची असूया वाटू लागते. माझी प्रेमाची भूक वाढते आणि मग सगळं नकोसं होतं. मी जाते घरी."

घरी आले. काही न सुचून गॅलरीत उभी राह्यले. समोर मोठ्ठा समुद्र. खडकांवर आपटून फेसाळणारा. पुन्हा दूर जाणारा. मंगेश पाडगांवकरांची कविता आठवली.

दूर, दूर,
या गवताच्या हिरव्या ओळींपुढे
तळ्याचा मोठा पूर्णविराम.
दूर दूर
धुक्याच्या समुद्रात तरंगत जाणारी
क्षितिजाची होडी
दूर दूर
माझ्यापासूनही मी दूर दूर!

बंद – रिकामं घर खायला उठलं. ते घरही परक्याचं. का राह्यचं मी इथं? जाऊ असेच दूर... दूर!

फिरून फिरून किती फिरणार? जाऊन जाऊन कुठे जाणार? थकलेले पाय आणि मन घेऊन घरी आले. पपा आला होता.

"किती उशीर हा? होतीस कुठे? जुईच्या घरी फोन केला, तिथेही नव्हतीस."

"जेवायचंय ना?"

"हो. पण आधी जरा थोडंसं... घेतो. मग..."

"तुझं ड्रिंक घेऊन झालं की मला हाक मार."

"हो. हो. बोलवतो ना!"

"ममी अचानक पुण्याला का गेली?"

"का? अचानक का? कामानेच गेली आणि सकाळीच ठरलं होतं तिचं जाण्याचं! तुला माहीत नाही?"

"मला कसं माहीत असणार? तुम्ही दोघांनी मला सांगितलंत का?"

"काय बोलायचं, काय सांगायचं? मी एक अपयशी बिझनेसमन् आहे. तुझी ममी त्याला यशस्वी करण्याच्या कामात गुंतल्ये."

"जे तुला नाही जमलं. ते तिला जमेल?"

"जमतंय ना!"

"कसं?"

पपा गप्प –

"तुझा मोबाईल कुठाय? दिसला नाही हल्ली."

"विकून टाकला. मला काय गरज त्याची? मी घरीच तर असतो. ममीला गरज आहे. ती वापरते."

"मी आता मोठी झाल्ये. हो ना?"

"अर्थात् केवढी उंच झाल्येस! सुंदर दिसतेस. ममीसारखीच."

"तशी मोठी नव्हे. तुमचा दोघांचा कसला बिझनेस आहे, हे कळण्याइतपत मी मोठी झाल्ये, असं म्हणायचं आहे मला."

"हो. हो. कळेलच ना. त्यात लपण्यासारखं काही नाही. बरं. तुझा अभ्यास कसा काय चाललाय? मराठी विषय घेतला आहेस ना? छान- बी. ए. हो. मग एम्. ए.- पीएच. डी. शीक! जरा ग्लास भर ग!"

ममी दोन दिवसांऐवजी चार दिवसांनी घरी आली होती. खूष दिसत होती. काम झालेलं दिसतंय.

"माय, स्वीट बेबी." असं म्हणत तिने मला किस केलं. भपकन दारूचा वास आला.

"तू, तू ड्रींक घेतलं आहेस, ममी?"

"अग, पार्टी होती मोठी. अशा ठिकाणी शिष्टाचार सांभाळावे लागतात. कंपनी द्यावीच लागते."

"कुणाला कंपनी देत होतीस तू?"

"आवाज खाली. ओरडून बोलायची गरज नाही आणि हे तू का विचारत्येस?"

"तुझी मुलगी आहे म्हणून. कुणाबरोबर होतीस तू? पपा बरोबर नसताना तू असल्या पार्टीला गेलीसच का?"

"तू पुन्हा ओरडून बोलत्येस. तुझ्या प्रश्नांना उत्तरं द्यायची गरज मला वाटत नाही. सो, किप युवर माऊथ शट्! आणि तुझ्यासाठी ते कपडे आणलेत – ते घेऊन जा!"

"नकोत मला. तूच वापर!"

तरातरा घरातून बाहेर पडले. जुईला पब्लिक फोन वरून फोन केला. बाहेर भेटायला बोलावलं. जुई आली आणि माझं धैर्य संपलं.

"जुई, अशक्य होतंय सर्व! नाही सहन होत मला आता. आय हेट हर! शी इज ब्लडी बिच!"

"सीमा, सीमा, काय करू ग मी तुझ्यासाठी?"

"कुणीच काही करू शकणार नाही; पण हो तू, तू करू शकशील. माझी मैत्री तोडू नकोस. माझ्या ममी-पपांमुळे तू माझ्याशी संबंध तोडू नकोस, प्लीज!"

"मी आहेच तुझ्याबरोबर. मी एकदा ममीशी बोलू का?"

"नको. सध्या ती तशा परिस्थितीत नाहीये."

मग घरातलं वातावरण दिवस न् दिवस असंच राहायला लागलं. पपा ड्रिंक्स घेत दिवस न् रात्र बसलेला असायचा आणि ममी दिवस न् रात्र घराबाहेर असायची. महिनोंन् महिने असेच जात राहिले. मी माझीच शांत झाले. माझे सर्व प्रश्नच संपवून टाकले. बी. ए.चं वर्ष. सर क्लासमध्ये एक रूपक कथा समजावत होते.

''एक खेडेगाव होतं. गावकरी दिवसभर कष्ट करून परतले होते. एक बाई सांजवेळेला जात्यावर गहू दळत होती. आजुबाजूची माणसं कुणी खाटेवर, कुणी त्यांच्या त्यांच्या घरांच्या उंबऱ्यावर अशी विश्रांती घेत बसली होती. दंगामस्ती करणाऱ्या मुलांना रस्त्यावरून जाणारे कबीर दिसले. त्यांनी कबीरजींना हाक मारली. त्यांना बघून बायका उठून उभ्या राहिल्या. पुरुष माणसं त्यांच्यापुढे वाकली आणि मग गप्पा सुरू झाल्या. असंच बोलबोलता एकाने कबीरांना विचारलं.

''कबीरजी, सगळी रयत परमेश्वराची लेकरं ना?''

''अर्थातच्!''

''मग ही लेकरं गांजतात, परिस्थितीने भरडली जातात. असं का?''

कबीरजी हसले. ते जात्यावर गहू दळणाऱ्या बाईजवळ गेले. तिला त्यांनी दळण थांबवायला सांगितलं. जात्याचं वरचं पातं त्यांनी उचलून धरलं. सर्वांना दाखवलं. विचारलं.

''काय दिसतंय?''

''गव्हाचं पीठ होतंय.''

''बरोबर. पण काही गव्हाचे दाणे त्या मधल्या खुंटीजवळ आख्खे राह्यलेत.''

''हो.''

कबीरजींनी पातं खाली ठेवलं. म्हणाले,

''ही खुंटी म्हणजे परमेश्वर. जे जे ह्या खुंटीला धरून राहातात ते वाचतात. जी माणसं ह्या खुंटीपासून लांब जातात ती भरडली जातात.''

सर सांगत होते – तो मतितार्थ! ह्यावरून आपण काय शिकायचं? तर परमेश्वराला विसरायचं नाही. चांगलं काम, चांगलं आचरण, चांगले विचार, हे त्या परमेश्वराचं रूप! काम थांबवून, बेताल वागून, मंदिरात जाऊन जर देव देव करत बसाल तर ते परमेश्वरालाही मान्य नाही. दैनंदिन जीवनात चांगलं कर्म करणं हीसुद्धा भक्तीच होय. त्या खुंटीला धरून राहाणंच होय. मग आयुष्य भरडलं जाणार नाही.

कबीरांनी सांगितलं आणि मला एक दिशा मिळाली. एका उर्मीने, उमेदीने घरी पोहोचले; पण ही उमेद टिकणारी नव्हती. ममी बेडरूममध्ये अस्ताव्यस्त पसरली होती. तिला तिथेच उलटी झाली होती. तिने जबरदस्त ड्रिंक घेतलं होतं. सगळा दुर्गंध भरून राह्यला होता. तिला कसं तरी उठवलं स्वच्छ केलं. बेड बदलला. पुन्हा तिला झोपवलं. पपा घरात नव्हताच!

सरांनी सांगितलं होतं चांगलं कर्म करावं, तीपण भक्तीच! मी आज जे कर्म केलं ते चांगलं? ममी जे करत्ये त्या कर्माला काय म्हणायचं? जुईशी बोलावंसं वाटलं. म्हणून फोन उचलला. तर तो डेड होता. जास्तच उदास वाटायला लागलं. पण नाही, आता रडायचं नाही. ताठ राहायचं, खंबीर व्हायचं.

पपा घरी आला तेव्हा त्याला मी काहीही विचारलं नाही. फक्त त्याला सांगितलं,

''पपा, फोन डेड आहे.''

''डेड नाहीये. कनेक्शन कट केलंय. बिल भरलं नाहीये म्हणून. गाड्याही विकून आलोय आत्ताच!''

''पपा...''

पण मधेच ममीने मला हाक मारली. मी धावत बेडरूममध्ये गेले.

''कशी आहेस तू ममी?''

''बरी आहे. तुला बरंच काम पडलं.''

''माझी काळजी करू नकोस. तुला काही तरी खायला घेऊन येते. तोपर्यंत तू पडून रहा.''

मग काही दिवस घर शांत होतं. ममी घरीच असायची. पपाचं कुठे तरी येणंजाणं चालू होतं. घराचा दरवाजा अधुनमधून खटकायचा, तो घेणेकऱ्यांमुळे. हेही घर सोडावं लागणार होतं. कुठे जाणार होतो मग?''

जुईचं लग्न ठरलं. केवढा आनंद झाला. रोजचं शॉपिंग, धावपळ, पत्रिका वाटणं, हे आण, ते विसरलं-! संपूर्ण घराला तिची चेष्टा करण्याचा नुसता ऊत आला होता. मी डोळे भरून हे चित्र बघत होते; पण आता दुःखी होत नव्हते माझ्यासाठी. माझ्या नशिबात हे असलं काही नाहीये, हे मला पूर्णपणे कळलं होतं. भरपूर शिकायचं, हाच निश्चय ठेवला होता. त्या दिवशी जुईला कुणाकडे जेवायचं आमंत्रण होतं म्हणून मी घरीच होते. ममी आज छान होती. फ्रेश वाटत होती. तिचं सौंदर्य दारूनं पिऊन टाकलं होतं;

पण छानसे कपडे तिने घातले होते. त्यामुळे छान दिसत होती.

“तू आज जुईकडे गेली नाहीस?”

“नाही. तिला जायचंय कुणाकडे तरी जेवायला.”

“म्हणजे, तू घरीच आहेस आता?”

“का ग?”

तेवढ्यात बेल वाजली. दार उघडलं तर कुणी अनोळखी पुरुष दारात!

“ममी-”

“या. या. ही माझी मुलगी. सीमा. सीमा, हे जतीन अंकल!”

कधीही न बघितलेला माणूस, माझा अंकल!

“नमस्कार कर!”

“हॅलो, बेबी!”

“मी बेबी नाहीये.”

“जतीन, तू बस ना. मी आलेच.”

ममी मला घेऊन बेडरूममध्ये आली.

“सीमा, तू आज घरात असशील असं वाटलं नव्हतं, म्हणून जतीनला घरी बोलावलं.”

“कोण आहे हा?”

“सांगते. नंतर सांगते.”

“नाही ममी, आज आता हे ‘नंतर’ वगैरे नाही चालणार. जे काही असेल ते आत्ताच!”

“तू जरा शांत-”

“आज होणार नाही. पपा पण नाहीये. कुठे गेलाय तो गेले पाच–सहा दिवस! बास झाला हा लपवा-लपवीचा खेळ! बोल आणि तेही आत्ताच!” मी ऐकत नाही बघून ममी बाहेर गेली. तिने त्या जतीनला काय सांगितलं कुणास ठाऊक, पण तो निघून गेला.

“सीमा, बैस. आज तुझ्या सर्व प्रश्नांची उत्तरं देते. तू फक्त ऐकण्याचं काम कर.”

“हो, ममी.”

“तुला तुझे शाळेतले दिवस आठवतात? मला आठवतात. पपा, मी दोघं मिळून तुझ्यासाठी रोज शाळेत यायचो. तुला उत्तम जेवण, उत्तम शिक्षण, खूप खूप प्रेम, छानसं आयुष्य देण्याचा आमचा प्रयत्न होता; पण नंतर काही तरी बिनसलं. पपा, जमिनीचं डिल करायचा. मोठ्ठा प्लॉट विकत

घ्यायचा. ती जागा डेव्हलप करायची, त्याचे प्लॉट्स पाडायचे आणि विकायचे. बिझनेस छान चालला होता. घरातूनच ही सगळी कामं व्हायची, त्यासाठी वेगळं ऑफिस थाटायची गरज नव्हती. खरं तर सुखी होतो आपण. पण नंतर पपाला हाव सुटली. जास्त जास्त पैसा हवा – त्याच्या ह्या भुकेला साथ देणारा एक मित्र भेटला. त्याने काही वेगळेच रस्ते दाखवले. एकच प्लॉट दोन वेगवेगळ्या माणसांना विकायला सुरुवात झाली. मी खूप समजावून सांगितलं पपाला; पण तो आंधळा झाला होता. धो धो पैसा मिळायला लागला; पण लबाडीच ती, उघडकीला येणारच. मग पोलीस कंप्लेंट्स! पपावर आरोप झाले. कोर्ट-कचेरीचं लचांड मागे लागलं. घेणेकरी वेळी-अवेळी येऊ लागले. त्यांचे पैसे फेडता फेडता जे काही आपलं होतं, तेही आपण हरवून बसलो. ह्या बऱ्याच माणसांपैकी एक मेहता. त्याने धमक्या द्यायला सुरुवात केली. पपा घाबरला. समझोता करायला त्याने मला मेहताकडे पाठवलं. जाणं भाग पडलं. त्याने आपल्या परिस्थितीचा पुरेपूर फायदा घेतला. मला त्याच्याबरोबर एक रात्र राहण्याची ऑफर दिली. त्या बदल्यात तो पपाला सर्व केसेसमधून सोडवणार होता. पपा पुरता अडकला होता. त्याने मला विनंती केली, पाया पडला, रडला भेकला आणि मी मेहताकडे गेले. मेहताची हाव वाढली आणि मग मी जातच राह्यले. काम होणारच होणार तुमचं, असं म्हणता म्हणता किती महिने सरले आणि मग एक मालिकाच सुरू झाली. मेहतासारखेच. असेच किती तरी! मी खेळणं झाले आणि मला खेळवणारे अनेक तयार झाले. पपा नुसतं बघत राह्यला. षंढासारखा.''

''ममी...''

''रडू नकोस. अजून बरंच आहे. त्यातल्याच कुणीतरीने एकदा पहिला पेग दिला. मग तो पहिला पेगच आयुष्य होऊन राह्यला. मग मी वाहावतच गेले. आधार दिला तो जतीनने. मेहताचा असिस्टंट! तो माझी वाताहात बघत होता. ह्या सर्व लांडग्यांच्या समुहात, तोच एक सच्चा भेटला. त्याला मी नको होते, माझं मन, माझ्यातली मी हवी होते. आमचं प्रेम नाहीये. तो संसारी आहे. त्याच्या घरी मी नेहमी येते-जाते. त्याच्या बायकोला आमची मैत्री मान्य आहे; पण तुझ्या पपाला मान्य नाही. हे असं का? ह्या माझ्या प्रश्नावर पपाकडे उत्तर नाही. माझ्या भावभावनांची ज्याने कदर केली नाही, ज्याने मला खेळणं व्हायला भाग पाडलं, त्याच्या इच्छा, अपेक्षा माझ्याकडून कशा काय पुऱ्या होणार?''

''पण तो आत्ता आला होता, तर तू त्याला जायला का सांगितलंस? माझ्यासमोर किंवा मी आहे घरात म्हणून बिघडलं कुठे?''

"सीमा, मी कशी आहे, हे तुला अर्धवट, किंवा पूर्णपणे कळलं होतं. जतीनबद्दल तुझं काही चुकीचं मत होऊ नये ही इच्छा होती आणि आज तो काही तुझ्या पपाबद्दल सांगायला आला होता."

"मग का पाठवलंस त्याला?"

"बातमी तेवढीशी चांगली नाहीये. पपावर पकडवॉरंट बजावलं गेलंय."

"ममी..."

"हो. मेहताने आणि इतरांनी म्हणावी तशी मदत नाहीये केलेली. पपा पळून गेलाय."

"आता काय करणार आहोत आपण?"

"हे घर सोडायचं. जतीनने एक दोन खोल्यांचं छोटं घर बघितलंय आपल्यासाठी. तिथे राहायला जायचं. तिथे आपल्याला कुणी ओळखणारं राहात नाही. कुणी घेणेकरी, पोलीस तिथे येऊ शकणार नाहीत. जाऊ याच आपण. पण तत्पूर्वी मी एकदा शेवटचा प्रयत्न करून बघणार आहे."

"कुणाकडे?"

"कशाला नावं हवीत? जर काम झालं तर पपा सुटेल. मग हे शहरच सोडून जाऊ. नको काहीसुद्धा. एक नवीन आयुष्य सुरू करू. तू पपावर चिडू नकोस. एक हरलेला जीव आहे तो. दुबळा. दुबळ्यांवर वार करायचा नसतो. त्यात काहीही पुरुषार्थ नाही. त्याला माफ करायचं, हीच त्याची शिक्षा."

मी सुन्न झाले होते. माझ्या प्रश्नांची ही उत्तरं मला नको होती. कबीरा, का हे दोघं खुंटीपासून इतक्या दूर फेकले गेले? किती भरडले गेलेत दोघं. आता ममी पुन्हा गेली कुणाकडेतरी! शेवटचं!

ममी आली ती पूर्णपणे खचल्यासारखी.

"ममी."

"सीमा, मी हरले. पपा आता कायमचा दुरावणार."

"काय झालं? हे विचारण्यात काहीही अर्थ नाहीये. तू आता हे सर्व बंद कर. आपण कायमचे निघून जाऊ कुठेतरी."

"कुठे जायचं? पापाचं काय होईल?" मी खूप प्रयत्न केला गं. पण त्या जनावराला आता नवीन भक्ष हवं आहे. म्हणतो कसा, तू आता म्हातारी झालीस. तुझ्यात काही राह्यलं नाहीए. कोणी नव्या दमाची, ताजी आणून दिलीस तर उद्याच्या उद्या तुझ्या नवऱ्याला सोडवतो. निर्दोष म्हणून जाहीर करतो. कुठून आणणार मी कुणाला? का अजून एक आयुष्य एका षंढासाठी वाया घालवायचं? पपा गेला आता कायमचा. पपा गेला आता..."

ममीला दु:ख होतंय का? पपा तुरुंगात जाणार कायमचा? एका लोभाने, एक प्रकारच्या आसक्तीने माणसाचं स्वत:चं आणि त्याच्या बरोबरीने त्याच्या सख्ख्यांचं आयुष्य किती भरडलं जातं, ह्याचा विचार अशा माणसांकडून कधीच केला जाणार नाहीये का? नवीन कुणीतरी- नवीन-ताजी. अशी मागणी करणाऱ्यांनाही त्या वेळेला स्वत:ची नातं असलेली स्त्री आठवत नाही? कोण असणार ही नवीन? आणि का?

ममीला तसंच सोडून मी बेडरूममध्ये गेले. पलंगावर अक्षरश: कोसळले बधिर मन – बधिर सर्वच संवेदना. जरा बाहेर पडावं म्हणून उठले. तयारी करताना आरशात माझंच प्रतिबिंब नकळत निरखू लागले. नवीन ताजी! कसंतरीच वाटलं. शिसारी आली. परत बघितलं! हे असले विचार कुणा दुसऱ्यासाठी किती सहजतेने केले जातात. स्वत:बद्दल का नाही असे विचार केले जात? म्हणजे ती नवीन ताजी – मी?

धावत बाहेर आले. ममी कोचावर कलंडली होती. थकलेली, हरलेली, शोषली गेलेली!

कबीरजी मी माझं कर्म करायला तयार झाले आहे. तुम्ही माझ्या पपाला तो जिथे असेल तिथून घरी पाठवून दे. ममीला सांगा, तिची सब्स्टिट्यूट तयार आहे. तिने कसे कपडे घालावेत, कसा मेकअप् करावा, हे तिला सांगायला सांगा. जर मी चांगल्या मनाने, चांगल्या इच्छेने हे कर्म करायला तयार आहे तर मी खुंटीच्या जवळच आहे, ना कबीरजी! मग मी कशी काय भरडली जाणार? कबीरजी, सांगा ना सांगा.

दिशाहीन

"‘‘किती उशीर?’’

‘‘काय करणार? माणसं सोडतच नाहीत. त्यांचे प्रश्न संपतच नाहीत. कधी कधी वाटतं, मी एकटा कसा काय पुरा पडणार?’’

‘‘बाबा, जेवायचे थांबलेत.’’

‘‘त्यांना किती वेळा सांगितलंय, ह्या वयात उपाशी राहाणं चांगलं नाही. जेवून घेत जा.’’

‘‘पण ते ऐकत नाहीत.’’

‘‘चल, लगेचच पानं घे. हा मी आलोच.’’

भाऊसाहेबांच्या घरातला हा रोजचा संवाद!

भाऊसाहेब... एक वेगळंच व्यक्तिमत्व!

भाऊसाहेब... एक नावाजलेले ज्योतिषी... अभ्यासक आणि दैवी देणगी लाभलेले, गावाची शान असलेले!

पानं मांडली गेली.

‘‘काय रे, आज इतका उशीर?’’ बाबांचा रोजचा प्रश्न!

भाऊसाहेबांची तीच सर्व उत्तरं!

‘‘किती माणसं आली होती?’’

‘‘सात-आठ कुटुंबं होती.’’

‘‘त्यांचं समाधान झालं?’’

‘‘बाबा, परमेश्वराच्या कृपेने आजपर्यंत कुणीतरी असमाधानी होऊन आपल्याकडून परतून गेलंय का?’’

“नाही रे! पण तरीही विचारपूस करावीशी वाटते. दमलास?”

“नाही. अजूनही काही माणसं माझी वाट बघत बसली आहेत. जेवणं झाली की निघतोच आहे.”

“विश्रांती हवी रे तुला. काय ही तुझी धावपळ! मी तुला काही मदत करू शकत नाही. कारण तुझ्या क्षेत्रातलं ज्ञान मला नाही.”

“पण आशीर्वाद तर तुमचेच आहेत ना? ह्याहून वेगळी मदत, काय असणार? - चलतो. मंडळी खोळंबली आहेत.”

हाही नेहमीचाच संवाद!

टॉवेलला हात पुसता पुसता भाऊसाहेबांच्या मनात विचार आला.

‘बाबा थकलेत आता, म्हणूनच त्यांची काळजी करण्याची वृत्ती दिवसेंदिवस वाढत चालली आहे. रोजचे प्रश्न आणि तीच रोजची उत्तरं! तरी ह्या प्रश्नोत्तरांचा कंटाळा येत नाही. राग तर नाहीच नाही. चालायचंच!’

भाऊसाहेब घाईघाईने बाहेर पडले. घरापासून त्यांची बैठकीची जागा पंधरा मिनिटांच्या अंतरावर होती. आपोआपच शतपावली व्हायची.

आधी असं नव्हतं.

घरातल्या मोठ्या पडवीतच ज्योतिषी चालायची. तुरळक माणसं यायची. काहीबाही प्रश्न विचारायची. कुंडल्या मांडल्या जायच्या. एवढ्याशा छोट्या छोट्या चौकोनात मोठमोठाले ग्रह बंदिस्त व्हायचे. कधी एकएकटे तर कधी दाटीवाटीने, दुकटे! आणि मग सुरू व्हायच्या, ग्रहांनीच - ग्रहांवर केलेल्या कुरघोड्या! मैलोन् मैल दूर असलेले, चार आण्याच्या नाण्याच्या आकारात दिसणारे हे ग्रह पृथ्वीवरच्या प्रत्येक माणसाच्या कुंडलींना झपाटून टाकतात. ही किमया तो एक विधाताच करू जाणे! भाऊसाहेबांचा ह्या ग्रहांना लगाम घालण्यात हातखंडा होता. सहजगत्या अगदी हसतखेळत बोलताबोलता आलेल्या माणसांच्या समस्या सोडवल्या जायच्या. यश मिळायचं. कीर्ती पसरत चालली. टी.व्ही.वर कुठलीही जाहिरात न देता; किंवा वर्तमानपत्रांतून ‘भेटा आणि निश्चिंत व्हा...’ वगैरे मथळ्याची जाहिरात न करताही भाऊसाहेब प्रसिद्ध झाले. पडवी लहान झाली. भाऊसाहेबांनी विचार केला. घरातल्यांना सतत ‘साडेसाती, ग्रहदशा, नवस...’ हेच, असंच ऐकायला लागतं. त्यातून ये-जा वाढलेली. घर म्हणून घर न राहिलेलं. स्वातंत्र्य हरवलं जातंय. त्यांनी वेळीच निर्णय घेतला आणि पंधरा मिनिटांच्या अंतरावर असलेली शानबागांची रिकामी वाडी, घरासकट भाड्याने घेतली. भाडं म्हणजे वाडीची देखभाल करायची. उत्पन्नाचा अर्धा

हिस्सा शानबागांचा! बास एवढंच. किती माणसं आणि किती वेगवेगळ्या त्यांच्या समस्या. एकाच वेळेस दोन-दोन, तीन-तीन कुंडल्या पाहिल्या जायच्या. एकही कुंडली दुसरीत मिसळली जायची नाही. आणि एक एक समस्या म्हणजे आव्हान वाटायचं.

पण शेवटी नियती म्हणूनही एक प्रकार असतोच. भाऊसाहेब त्याला अपवाद कसे असणार?

निनी एक मोठं कोडं होतं त्यांच्यापुढे. ही दोघं बहीणभाऊ, पण...! हा पणच त्यांना फार त्रासदायक ठरत होता.

अशीच एक नेहमीसारखी संध्याकाळ!

ग्रहांतून सुटका करून घेऊन भाऊसाहेब घरी पोहोचले. दाराच्या उंबरठ्यात स्तब्ध झाले. निनीचा आवाज कानांवर पडला.

"भाऊ असाच उशिरा येतो का?"

"निनी, आत्ताशी कुठे आठ वाजलेत. साडेआठपर्यंत जरी यायला मिळालं त्याला तरी नशीब. कधी कधी तर रात्रीचे साडेअकरा-बारासुद्धा वाजतात."

"त्याला सांगा जरा! घर-संसार त्यालाही आहे. जरा वहिनीकडे, तुमच्याकडेही लक्ष द्यायला हवं त्याने आता. मी तर काय परकीच झाल्ये लग्न होऊन..."

"निनी, तू असं का म्हणतेस?"

भाऊसाहेबांच्या प्रश्नाने निनी दचकली.

"मग कसं म्हणू? सकाळचा बाहेर पडतोस, तो कधीही उगवतोस. प्रपंच मांडला आहेस, हे विसरूनच जातोस."

"तसं नाही, निनी. पण आता हा माझा व्यवसायही झाला आहे."

"तू कुठे काही मागतोस लोकांकडे?"

"नाही मागत; पण ते आपणहून जे देतात, त्यावरच हा प्रपंच चालू आहे."

"चांगली नोकरी होती, ती तर सोडलीस."

"निनी, ते सर्व आता जुनं झालं. नाही का? ते राहू दे. तू आज अचानक कशी काय आलीस? सर्व ठीक आहे ना?"

"तसं सर्व ठीक आहे रे! पण तुला माहित्ये ना, माझ्या जाऊबाईंचा आजार काही केल्या बरा होत नाहीये. घरात सतत एक प्रकारचा औषधांचा

वास आणि त्यांचं रडणं! तू काहीतरी कर बाबा!''

भाऊसाहेब गालातल्या गालात हसले. निनीची मानसिकता त्यांना एकदम कळेनाशी होई. एकीकडे ज्योतिषविद्येला दोष देत राहणारी किंवा त्यावरून भाऊसाहेबांशी कायम वाकड्यात शिरणारी निनी, अशी मधूनच सुतासारखी सरळ व्हायची. जंग जंग पछाडलं; पण भाऊसाहेबांना निनीचे ग्रह ताडता आले नाहीत.

बाबाही हसले आणि म्हणाले,

''वाघाने कातडं पांघरलंय रे बाबा, सांभाळ!''

''बाबा...''

''निनी, चिडू नकोस, बघू पत्रिका!''

''निनी, एक गोष्ट स्पष्ट दिसत्ये. तुझ्या जाऊबाईंच्या आईने काही नवस केला होता कुलदैवतेला. तो फेडलेला नाही. त्यांना म्हणावं सव्वा लिटर दूध कुलदैवतेला वाहा आणि मग चमत्कार बघ!''

निनी समाधानाने निघून गेली.

दिवस असेच सरत होते. आणि काही महिन्यांनी पुन्हा निनी आली. भाऊसाहेब जरा त्रस्त होऊनच परतले होते. एका कुटुंबाचे काही प्रश्न सुटत नव्हते आणि भाऊसाहेबांना तोडगा सापडत नव्हता.

''भाऊ...''

''ये, ये. काय म्हणतात तुझ्या जाऊबाई?''

''नवस फेडलाय, पण काही वेगळीच दुखणी सुरू झाल्येत. पहिल्या दुखण्यांतून मात्र सुटका झाल्ये.''

''काय होतंय त्यांना आता?''

''पोटातलं दुखणं कमी झालंय, पण चक्कर येत्ये आता.''

''डॉक्टर काय म्हणतात?''

''ब्लड प्रेशर असणार. तसं अजून दाखवलं नाहीये कुणाला.''

''डॉक्टरांचं मत घे. मग मला कळव.''

''भाऊ, नवस फेडायला मी गेले होते जाऊबाईंच्या आईबरोबर! तुला सांगते, ते कुलदैवतेचं मंदिर! तिथली घाण - फुलं, पानं, केळी, पेढे, दूध, सगळं सरमिसळ. सर्वत्र पसरलेलं. काय तो चिखल झाला होता! बाई ग! काय हा सगळा अजागळपणा! किती ती केळी आणि पेढे! मुंग्या काय लागल्या होत्या. त्यालाच हळदकुंकू लागलेलं आणि त्याहून कहर म्हणजे

वरतून दुधाची धार! एवढ्या महाग खाद्यपदार्थांची अशी नासाडी बघून अगदी कसंतरीच वाटत होतं. भाऊ, आपण आज कुठल्या काळात वावरतो आहोत. लोकसंख्या किती वाढल्ये, गरिबी वाढल्ये. पूर्वीच्या काळी हे सर्व ठीक होतं रे. मुबलकच होतं सगळं. पण ह्या काळात इतकी व्यर्थता बघवत नाही. तुझं ऐकणारी अनेक मंडळी आहेत आज. तू हा बदल घडवू शकतोस. तू हे सांगायला हवंस. की, नवस फेडा. सव्वा का किती लिटर दूध– का पेढे–का काहीही असं देवाच्या मूर्तीवर न टाकता ते देवाच्या नावाने, नवसाच्या नावाने गोरगरिबांना, गरजूंना द्या! तू बघ, त्यांची देवावरची श्रद्धाही कायम राहील, शिवाय गोरगरिबांचे आशीर्वादही मिळतील. शिवाय देवालय स्वच्छ, छान सुंदर राहतील.''

''कसला विचार करताय?''

''निनीचा.''

''तिचा की तिच्या विचारांचा?''

''तसंच - दोन्हींचाही.''

''मला निनीचे विचार पटतात. त्यात काही तरी नवीन असतं; पण माणसं ते नाविन्य आपलंसं करू शकत नाहीत.''

''कुणाबद्दल बोलत्येस?''

''तुमच्याचबद्दल. तुम्हाला ती विचित्र वाटते. तिचा भरंवसा नाही तुम्हाला. तुमच्या ज्योतिषावर फारसा विश्वास नाही तिचा; पण त्याच वेळेला एक विश्वास तुमच्यावर मात्र आहे. कारण म्हणूनच तिच्या नात्यातल्या कुणाचंही काही बिनसलं तर ती लगेचच तुमच्याकडे येते.''

''ती म्हणजे माझ्यापुढलं एक कोडंच आहे.''

''ती स्पष्टवक्ती आहे. म्हणूनच फटकळ वाटते. पण तिचे विचार खरंच तुम्ही आचरणात आणावेत असेच आहेत.''

''अगं, ह्या सर्व प्रथा, म्हणजे अभिषेक, नैवेद्य वगैरे मी का सुरू केल्या आहेत? त्या पूर्वापार चालत आलेल्या आहेत. काही कारणंही आहेत. देवालयात त्या त्या स्थळी निर्माण होणारी उर्जा कमी व्हावी, आटोक्यात राहावी म्हणून अभिषेकाची प्रथा पडली. शंकराच्या पिंडीवर थेंब थेंब पाण्याचा अभिषेक दिवस न् रात्र चालू असतोच ना! ती ऊर्जा, ते चैतन्य शांत राहण्यासाठी राहू दे. तुम्हाला नाही कळायचं ते! मी सांगतो, तेच बरोबर आहे. उगीच का इतकी लोकं दिवस-दिवस बसून राहतात, ताटकळत राहातात माझ्यासाठी? काही ज्ञान कमवलंय मी, म्हणूनच

ना? निनीला काय कळतंय? उचलली जीभ... आणि... जाऊ दे! ती व्यवहाराच्या दृष्टीने बघते, मी शास्त्राच्या पद्धतीने वागतो. सर्व ग्रंथ कोळून प्यायलोय तेव्हाच तर एकाच वेळेला किती तरी प्रश्न चुटकीसरशी सोडवतो लोकांचे!''

''मग आज त्रस्त झाला होतात, ते का?''

भाऊसाहेबांकडे ह्या प्रश्नाचं उत्तर नव्हतं. शांतपणे बसलं आणि विचार करायला लागलं म्हणजे भाऊसाहेबांना प्रश्न पडायचा, आपलं आयुष्याचं प्रयोजन काय? रोजचा जप करताना नजरेसमोर वलयं तरळायची? ओंकार हां हां म्हणता प्रविष्ट व्हायचा. एक लहरच्या लहर सरसरायची. विश्वाचं उगमस्थान असा तो ओंकार...

अकारो नयते विश्वमुकारश्चापि तैजसम्
मकारश्च पुन: प्राज्ञं नामात्रे विद्यते गति

अकार - विश्वाची प्राप्ती करून देते. उकार - तेजाची, मकार - ज्ञानाची, आणि ह्या तिन्ही मात्रा ज्या ठिकाणी नाहीशा होतात, तिथे जन्ममृत्यूचा प्रवास संपतो.

विश्व प्राप्त झालं, तेज दिसू लागलं, ज्ञानाची तृष्णा भागली... खरंच भागली का? सर्वज्ञानी खरंच झालो? तसं जर असेल तर आयुष्याचं प्रयोजन काय? हा प्रश्न उपस्थित झाला नसता. आज आपण सांगू ते ऐकणारी आणि त्यावर विश्वास ठेवून त्याप्रमाणे कृती करणारी जनता आहे. काही काही प्रथा निनीच्या म्हणण्यानुसार जनहितासाठी जर खरंच बदलल्या तर ते योग्य होईल? छे: नुसते विचार विचार!

''तुम्ही अजून जागेच? पहाट झाली.''
''आज रात्र अशीच सरली.''
''कसला विचार चालला होता एवढा?''
''असाच...''
''मला सांगण्यासारखा नाही का?''
''तुला त्यातलं काय कळणार?''
''तेही खरंच. मी साधी बाई. चार इयत्ता शिकलेली. पण पुढे काय झालं? परिस्थितीच नव्हती ना घरची. शिक्षण थांबलं. सावत्र आईचा जाच होता.''
''पुरे. ते आता काळाच्या ओघात बरंच दूरवर गेलं सगळं.''

"होय. ते सर्व दूर गेलं पण आजही मी अडाणी ती अडाणीच राह्यले."

"मला तसं काही नव्हतं म्हणायचं. तू उगीचच काही तरी धरून बसतेस. चल, चहा करतेस ना?"

"हो, तेवढं बाकी मला कळतं. करते."

भाऊसाहेबांना कसंतरीच वाटत राहिलं. आपण दुखवतोय का हिला? खरं सांगायचं तर तिला अजिबातच ह्या गोष्टी कळत नाहीत. एखादी पोथी वाच म्हटलं, तरी त्यातल्या साध्या साध्या शब्दांचे अर्थ विचारत राहणार. मग ऋचा, उपनिषद्, किंवा ग्रह, त्यांचं जीवनातलं अढळ स्थान वगैरे गोष्टी काय कळणार?

शेवटी भाऊसाहेबांना त्रस्त करणाऱ्या त्या कुटुंबाच्या समस्येवर तोडगा सापडला आणि त्यांना आभाळ ठेंगणं झालं. एखाद्या रणांगणावर शत्रूवर मात करून ज्या विजयी मुद्रेने एखादा रणवीर परतून येतो, तशा अवस्थेत भाऊसाहेब बैठकीतून घरी पोहोचले.

निनी आज सहकुटुंब आली होती. बाबा, निनी, तिचे यजमान आणि चिरंजीव - छान गप्पा रंगल्या होत्या.

भाऊसाहेबांना प्रसन्न वाटलं. तसे ते कायम प्रसन्नच असत. कुणी वेळी-अवेळी पत्रिका दाखवायला आलं तरी त्यांच्या कपाळावर कधी आठी नसायची. त्यातून आज तर ते जास्तच प्रसन्न होते. दारातूनच त्यांनी निनीच्या चिरंजीवांना मोठ्यांदा हाक मारली.

"यो ऽ ऽ ऽ गी ऽ ऽ ऽ!"

"मामा ऽ ऽ ऽ"

योगीही भाऊसाहेबांच्या गळ्यात पडला. दोघांची छान गट्टी होती. त्याला उचलून घेत भाऊसाहेब घरात गेले.

"अरे, उतर खाली. लहान का आहेस आता उचलून घ्यायला?"

"असू दे गं! पोर बऱ्याच दिवसांनी भेटलंय आज."

"मामा, तू घरी का नाही येत रे?"

"आता नक्की येणार."

"राहायला?"

"हो राहायला आणि कायमचा; पण आधी तू निनीची परवानगी घे बाबा. नाहीतर..."

"हॅं: त्यात काय? आई, मामा आपल्याकडेच राहाणार आता. कायमचा! कळलं?"

निखळ, निर्मळ वातावरणात संध्याकाळ सरली.

"योगी असा द्वाड आहे ना! तुम्ही आल्याबरोबर तो सर्वांनाच अगदी विसरून जातो. योगीला बघितलं की माझ्याही मातृत्वाच्या भावना प्रकर्षानं जागृत होतात."

"स्वाभाविक आहे."

"पण त्याचा काय उपयोग?"

"तू चिंता करू नकोस. सर्व काही व्यवस्थित होईल. तुझी साडेसाती संपेपर्यंत आपण वाट बघणार आहोत."

"साडेसातीत जसं काही कुणाला मूल होतंच नाही."

"होतात ना, पण ते अज्ञानापोटी. त्यांचा पत्रिकांचा अभ्यास नाही म्हणून. पण मी तो धोका घेऊ शकत नाही. जे काही सांगतो आहे ते आपल्या आणि आपल्या बाळाच्या चांगल्या भवितव्यासाठीच. तुला समजेलच असं नाही, तरीही सांगतो. काही दिवसांपूर्वी रानडे नावाचं एक कुटुंब माझ्याकडे आलं होतं. त्यांचा मुलगा, राजू. वय वर्षं अठरा! अगदीच विक्षिप्त वागायचा. सर्व तऱ्हेच्या व्यसनांच्या आधीन झालेला. घरची अफाट श्रीमंती. एकुलता एक म्हणून रानडे दांपत्याने त्याचे सर्व लाड पुरवण्यात कसलीही कमतरता ठेवली नाही. परिणाम व्हायचा तोच झाला. दुरुत्तरं, अवेळी घरी येणं, किंवा चारचार दिवस घरी न परतणं, असं काही सुरू झालं. व्यसनमुक्तीकेंद्रात शेवटी त्याला भरती केलं. तिथं असायचा तेव्हा चांगला वागायचा. परतला की पुन्हा जैसे थे! तुला आठवतं, त्या दिवशी निनी आली होती आणि मी आधीच जरासा त्रासलेला होतो? ते ह्याच कारणाने."

"रानडे - राजूच्या प्रश्नांनी?"

"होय."

"पण मला जरा वेगळंच वाटतं. ह्यात पत्रिकेचा काय संबंध? एकुलता एक मुलगा-किंवा मुलगी असणारे आणि त्याच बरोबरीने चांगले श्रीमंत असणारे लोक काही कमी नाहीयेत. मग तर सर्वच मुलं बिघडायला हवीत. हा दोष त्याच्या पत्रिकेचा नसून आई-वडिलांच्या पालनपोषणाचा आहे. त्यांनी जर वेळीच लगाम घातला असता तर राजूची अशी दैना नसती झाली."

"तुला समजेल की नाही म्हटलं मी, ते एवढ्याचसाठी. पत्रिकाच दोषी आहे. राहू-केतूसारखे ग्रह कर्तव्यस्थानी पडलेत आणि शनी गृहस्थानी. अशी

विचित्र पत्रिका प्रथमच पहात होतो आणि व्यग्र झालो; पण क्षणांत वीज चमकावी आणि काळ्याकभिन्न रात्री समोरची पाऊलवाट दिसावी तसं झालं. तोडगा सापडला. उगीचच का इतका नामांकित झालो? चुटकीसरशी प्रश्न सुटला. तोडगा एकच. साधा आणि सोपा. काशीविश्वेश्वराला जाऊन दंडवत घालून पौर्णिमेच्या तीही गुरूपौर्णिमा बरं. गंगेत तीन वेळा डुबकी मारून यायची. हजार पानं पक्वान्नाचं भोजन घालायचं राजूच्या हस्ते! प्रश्न सुटलाच पाहिजे.''

''रानड्यांना पटलं?''

''पटलं म्हणजे? पटायलाच पाहिजे. असं नाही घडलं तर बैठक सोडून देईन; पण सांगायचा मुद्दा काय? तर दोहोंपैकी कुणाचीही जरी साडेसाती चालू असेल आणि त्याच काळात जर गर्भधारणा झाली तर होणाऱ्या मुलालाही त्याचे भोग भोगायला लागतात. श्री. रानडेसाहेबांची साडेसाती राजूच्या वेळेस चालू होती, हे अगदी स्पष्ट झालं. फटाफट हिशोबच मांडला ना मी! उत्तर मिळालं.''

''म्हणजे, मला अजून बरीच वाट बघावी लागणार तर!''

''पण नंतर मात्र आनंदाला तोटा नाही, हेही लक्षात ठेव!''

''कशी आहेस वहिनी?''

''निनीवन्सं, कशी असणार मी? मजेतच असायची.''

''सूर इतका खालावलेला का?''

''तसं काही नाही हो. योगीला भेटावंसं, बघावंसं वाटत होतं, म्हणून आले.''

''अग, येण्याचं प्रयोजन नाही विचारलं. तू तर इथं हक्कानं येऊन राहूही शकतेस. तुझा चेहरा जरा उतरलेला दिसला म्हणून विचारलं.''

''योगी दिसत नाही?''

''शेजारी आहे. खेळायला गेलाय.''

''त्याची फार आठवण येत होती.''

''वहिनी, मी समजू शकते. तुला कशाची कमतरता भासत्ये, हो कळतंय मला; पण भाऊपुढे अगदी नाईलाजच आहे. अग्... अशी रडू नकोस. सर्व ठीक होईल.''

''सर्व जगाच्या समस्या सुटतात. पण माझ्या मात्र जशाच्या तशा! बाबासुद्धा काही बोलू शकत नाहीत त्यांच्यापुढे आणि मी तर कायमचीच अडाणी! सतत एकच वाक्य - 'तुला काही कळत नाही...' खरंच का मला काही

कळत नाही?''

"असं कसं म्हणतेस? शिक्षण म्हणजेच ज्ञान किंवा हुषारी असं नसतं. मूळच्या हुषारीला शिक्षणाची जोड, असं समीकरण असतं. निदान माझ्या दृष्टिकोनातून हुषारीचं क्षेत्रं वेगळं असू शकतं. टापटिपीने संसार करायला सुद्धा हुषारी लागते, जी तुझ्याजवळ आहे.''

"पण तो संसारही अधुराच वाटतोय.''

"भाऊने काही विचार केलाय, म्हणूनच तर...''

"खरं तर हा 'विचारच' माझ्यासाठी साडेसातीचा ठरतोय. हीच माझी खरी साडेसाती चालू आहे. कधी कधी असं वाटतं, नसते हे भविष्यकार तरी चाललं असतं. एखाद्या सामान्य बाईप्रमाणे संसार झाला असता. एव्हाना मी आई झाले असते. संसारात, आयुष्यात संकटं तर येणारच; पण त्या संकटांना सामोरं जाऊन ती सोडवण्यात आणि नंतर एक प्रकारचं समाधान उपभोगण्यात आयुष्य सरलं असतं. पुढे संकटं येतील म्हणून आत्ता - आज कुठलाच आनंद घ्यायचा नाही, हे तर पळपुटेपणासारखं वाटतं मला. हे 'आयुष्य जगणं' वाटत नाही. सृष्टीच्या नियमांविरुद्धचं वागणं वाटतं.''

"वहिनी..''

"बोलू दे. आज मी तरी कुठे मन मोकळं करू? बाबा थकलेत. त्यांच्यासमोर कुठलेही दुःखद प्रसंग माझ्याकडून घडावेत, ही इच्छा नाही. मला ह्यांच्याशी भांडता यायचंही नाही. कारण त्यांच्यासमोर मी म्हणजे एक अज्ञानाची मूर्ती. विनीवन्सं, सतत एखादी व्यक्ती स्वतःच्या अध्ययनाची, हुषारीची, ज्ञानाची शेखी मिरवत राहिली, तर हा अहंकार नाही का झाला? मला हल्ली ह्या अहंकाराची भीती वाटायला लागल्ये. शाळेत होते ना, तेव्हा मोठमोठ्या पाट्यांवर संतवचनं भिंतीवर टांगलेली होती, ती वाचायचो आम्ही. त्यातलं एक मला हल्ली सारखं आठवत रहातं.

"कोणतं?''

'विद्या विनयेन शोभते!' वन्सं, तुम्ही वयाने मोठ्या आहात. तुमचे विचार रोखठोक आहेत. तुम्ही व्यवहाराला धरून असता. तुमचा भविष्यावर विश्वास आहे; पण तुम्ही आहारी जात नाही. केवळ एक दिशा मिळावी एवढ्यापुरतंच तुम्ही ह्यांना काही आवश्यकता भासली तरच विचारता. ह्यांना कधी तरी सांगाल का? हे संतवचन अगदी खरं आहे. 'विद्या विनयेनच शोभते.' नाही तर ह्या अहंकारापोटी काहीबाहीच होऊन बसेल. मला पत्रिका बघता येत नाही; पण तरीही कधी कधी जाणवून जातं की त्यांच्यातला हा

'अहं' नाशाला कारणीभूत ठरेल! मला मदत कराल!''

''वहिनी, तू इतका विचार...''

''कायमच करत आल्ये. मनात एक प्रकारची भीती भरून राह्यल्ये. कितीही नाही म्हटलं तरी हे एक शास्त्र आहे. सेकंदासेकंदाला बदलणाऱ्या ग्रहांच्या स्थिती आज जे सांगाल ते उद्यासाठी उपयोगी पडेलच असे नाही. म्हणूनच मुहूर्त बघतात ना? आपण माणसं शेवटी विधात्याला कसं काय अडवू शकणार? ह्यांना चुकून जरी अपयश आलं तर ते अपयश हे पचवू शकतील?''

''त्याने सर्वांच्याच पत्रिकांचा अभ्यास केला आहे. तुझ्या, बाबांच्या, माझ्या, योगीच्यासुद्धा आणि हो - स्वत:ची पत्रिकासुद्धा अभ्यासली असणारच. तू निश्चिंत रहा. अहंकारी आहे भाऊ पण सरळ मनाचा आहे. डावपेच करणाऱ्यातला नाही. असंख्य लोकांचे आशीर्वाद आहेत. तू काळजी करू नकोस. हा बघ, योगी आला. खेळ त्याच्याशी. दोघंही एकमेकांना खेळवत बसा. मी काही खाण्यापिण्याचं बघते.''

घरी-दारी बैठकीवर नुसता आनंद बहरला होता. गाड्या भरभरून माणसं येत होती. भाऊसाहेबांना ज्योतिर्भास्कराचार्य पदवी प्रदान करण्यात आली होती. मंगल सनईचे सूर, उदबत्त्यांचा दरवळ, फुलांचा, अत्तराचा घमघमाट! हार-तुरे, मिठाई, बैठक नुसती बजबजून गेली होती. भाऊसाहेबांना कुणी गळामिठी मारत होतं, तर कुणी साष्टांग नमस्कार घालत होतं. कॅमेऱ्यांचं क्लिक, क्लिक चालूच होतं. सुरेख सोहळा!

भारावलेल्या अवस्थेतच भाऊसाहेब कुटुंबासमवेत अपरात्री घरी पोहोचले. निनीने भाऊंची दृष्ट काढली. म्हणाली,

''वहिनी, भाऊ, आज माझ्याही आनंदाला सीमा नाही. पण ह्याहुनही जास्त आनंदी व्हायचंय मला.''

''म्हणजे ग?''

''भाऊ, वहिनीची साडेसाती संपल्ये. पत्रिका तिची, पण फळ मात्र तुला मिळालंय. म्हणजेच तिच्या पत्रिकेचं पाठबळ तुझ्या पत्रिकेला आहे.''

''निनी, तू माझी भाषा बोलतेस!''

''संगतीचा परिणाम; पण तू विचारलं नाहीस माझ्या जास्त आनंदी...''

''सांग बाई. तू सोडणार का आहे सांगितल्याशिवाय?''

''भाऊ, मला आता लवकरात लवकर 'आत्या' व्हायचं आहे.''

''ईश्श - वन्स!''

निनीचा हट्ट भाऊसाहेबांनी पुरवला आणि घर आत्तापासूनच झोके घ्यायला लागलं. भाऊसाहेब, बाबा, निनी, सगळे मिळूनच काळजी घेऊ लागले. योगी तर मामीला खेटूनच राहू लागला. तो आता दादा होणार होता.

घर–बैठक, वाडी भाऊसाहेबांची धावपळ चालूच होती. व्यासंग अजून वाढला होता. वेदांचा अर्थ सोप्या भाषेत, सर्वसामान्यांना कळेल असा लिहून काढायचा मानस होता. बैठक जरा रिकामी होती. भाऊसाहेबांचं वाचन चालू होतं. अचानकच समोरून बाबा जरा लगबगीने येताना दिसले. बाबा शक्यतो बैठकीवर येत नसत, म्हणून भाऊसाहेबांना आश्चर्य वाटलं. घरची काही खबर असेल का? विचार करेतो बाबा पोहोचले.

"भाऊ, अरे निनीने निरोप धाडलाय मोकळा असशील तर भेटायला बोलावलं आहे."

"काही खास?"

"कल्पना नाही. पण ये जाऊन."

"निनी, मी आलोय ग!"

"बैस! निरोप पाठवला तुला मुद्दाम. घरी, बाबा. वहिनींसमोर काळजीचं असं काही बोलावंसं वाटत नाही."

"सांग, काय करू शकतो तुझ्यासाठी?"

"भाऊ गेले काही दिवस योगीला बारीक बारीक ताप येतोय. आपले तळपदे डॉक्टरच इलाज करतायत त्याचा. पण ताप काही हटत नाहीये."

"मी भेटतो डॉक्टरांना. आप्पा कधी येणार आहेत?"

"अजून महिनाभर तरी ह्यांची येण्याची शक्यता नाही."

"ठीक, तू घरीच चल योगीला घेऊन. तिथेच रहा. म्हणजे सर्व काही तिथल्या तिथे करता करता येईल आणि आम्हालापण काळजी लागून राहाणार नाही."

"नको भाऊ, वहिनीचे दिवस भरत आलेत. खरं तर तिच्या मदतीसाठी मी यायचं! पण योगीच बरा नाहीये म्हटल्यावर माझी तुम्हाला मदत होणार नाही. उलट धावपळ वाढेल आणि तसा तो हिंडतो, खेळतो. शाळेतही जातोय. तापाला उतार पडेलही. पण जरा जास्तच वेळ लागतोय म्हणून तुला बोलावलं."

"कुठे आहे योगी?"

"निजलाय आतल्या खोलीत."

"निजू दे. मी येतो उद्या परत."

"डॉक्टर, नमस्कार!"

"अलभ्य लाभ! तुम्ही स्वत: येण्याची तसदी का घेतलीत?"

"योगीसाठीच आलोय आणि तुम्हीही कायम व्यस्तच असता. मीच येणं उचित होतं. "

"भाऊसाहेब, तसं काही काळजीचं कारण दिसत नाही; पण आपण आपली एक ब्लड टेस्ट करून घेऊ योगीची."

"ती कशासाठी?"

"घाबरू नका. केवळ उपचार करण्यासाठी एक रिपोर्ट हवा जवळ. टेंपरेचर जास्त असेल तर लगेचच उतरवता येतं; पण सततची कसकस ताकद कमी करते आणि लगेचच गुणही येत नाही. बदलती हवा किंवा खाण्यापिण्यातले बदल, जास्त ताण - मग तो खेळण्याचा असो किंवा अभ्यासाचा. बारीक ताप येण्याला मूलत: ह्या गोष्टी कारणीभूत ठरू शकतात; पण फक्त अंदाज घेत बसण्यापेक्षा रक्ताची चाचणी लवकर दिशा दाखवते."

"ठीक, ठीक! कधी करायची?"

"म्हणत असाल तर उद्याच येतो; पण सकाळपासून पाणीसुद्धा प्यायला देऊ नका. मीही जरा लवकरच पोहोचेन. सात-साडेसातपर्यंत!"

"निनी, डॉक्टर येतच असतील ऐवढ्यात! योगीला उठवलस का?"

"उठवते. एवढासा जीव. सुया का टोचायच्या त्याला? कळवळेल पोर!"

"म्हणून मी आलोय ना? माझ्या मांडीवर घेईन त्याला, आणि तू आतच रहा. तुला बघून जास्त रडेल तो."

भाऊसाहेब निनीला धीर देत होते; पण खरं तर तेच आतल्याआत जरा ढासळले होते. योगी म्हणजे जीव की प्राण! हे मधूनच काय उद्‌भवलं ंयोगीची पत्रिका बघायला हवी.

"काय करताय?"

"हळू, एवढं वजन उचलू नकोस."

"गादीच तर घालत्ये. रोजच्या सवयीची. ते राहू दे. काय करताय?"

"योगीची पत्रिका पुन्हा एकदा ताडून पाहतोय."

"काही धोका वाटतोय का?"

"नाही नाही. पण हे असं आजारपण मधूनच का उपटलंय ते बघतोय."

"काही निष्पन्न झालं?"

"होणारच, त्यात काही शंकाच नाही. दोन उपाय दिसत आहेत. एक म्हणजे मृत्यूंजयाचा जप व्हायला हवा आणि दुसरा उपाय म्हणजे निनीने

योगीच्या नावाने कडक सोळा सोमवार करायला हवेत.''
''वन्संना पटेल?''
''ती आई आहे. आई आपल्या मुलासाठी पटणारी - न पटणारी कुठलीही गोष्ट करते. मुलाच्या भल्यासाठी ती काहीही करू शकते.''
''हे अगदी खरं! मलाही आत्तापासूनच आईपण जाणवायला लागलंय.''
''हीच तर किमया आहे विधात्याची! तर, काय सांगत होतो, उद्याच निनीकडे जातो आणि दोनही तोडगे तिच्यासमोर ठेवतो. तिला योग्य वाटेल तो तोडगा तिने निवडावा.''

भाऊसाहेबांची अभ्यासाची पद्धत आणि त्यांनी दिलेले निरनिराळे उपाय यशस्वी व्हायचेच व्हायचे. भाऊसाहेबांना आनंद झाला. योगीची हसरी मुद्रा डोळ्यांसमोर तरळू लागली.

ज्योतिर्भास्कर पदवी मिळाल्यानंतर तर वर्दळ अजूनच वाढली होती. भाऊसाहेबांचा आब वाढला होता. दगदग होत होती; पण त्यातही कमालीची प्रसन्नता वाटत होती.

पुन्हा एकदा घर, बैठक गजबजली. सनई वाजत होती, सुगंधी दरवळा पसरला होता. त्यातच फुलांच्या माळांनी अंगण-वाडी सजली होती. भाऊसाहेबांना पुत्ररत्न झालं.

शुभ मुहुर्तावर भाऊसाहेबांनी आपल्या मुलाचं मुखावलोकन केलं. अगदी पूर्वापार पद्धतीने. त्यांनी तूप आणि मध यांचे विषम प्रमाणात मिश्रण तयार केलं. ते सहाणेवर घालून त्यात आपल्या हातातली सोन्याची अंगठी काढून उगाळली. सोन्याचा अंश मिश्रणात आल्यावर त्यांनी ते मिश्रण मुलाला तीन वेळा चाटवलं. अंगठीने त्याच्या कर्णांना स्पर्श केला. सर्वांत शेवटी आपल्या दोन्ही हातांनी त्याच्या स्कंधांना स्पर्श करून पुत्रमुखावलोकन केलं. ते अगदी धन्य धन्य झाले.
नवी नवी आई हा सोहळा तृप्त नजरेनं बघत होती.
''ऐकलं का?''
''सप्तसूर वाजत आहेत. बाप होण्याचा हा आनंद इतका शब्दातीत असतो, हे माहीतच नव्हतं.''
''बाबा... ते कसे आहेत?''
''नाचायचंच बाकी ठेवलंय त्यांनी! पेढे वाटत आहेत गावाला. जणू

काही कुणा राजपुत्राचं आगमन झालंय.''

''माझ्यासाठी 'राजपुत्रच' आहे. एक विचारायचंच राहिलं. वन्सें कशा आहेत? योगी कसा आहे?''

''आहे. ठीकच आहे. होईल बरा. तू काळजी करू नकोस. मी आहे ना समर्थ? मग?''

दिवस सरत होते; पण योगीच्या आजाराचं ठोस निदान काही होत नव्हतं. निनीची परगावी गेलेली जाऊ, दीर, पुन्हा एकत्र आले. बदलीची नोकरी सोडून योगीचे वडीलही परतले. निनीला आधार मिळाला. घर जरा हलतं-बोलतं झालं.

भाऊसाहेबांनी डॉक्टरांचं औषध थांबवलं आणि वैद्यांचं औषध सुरू झालं. योगीचे बाबा सर्व रिपोर्ट्स घेऊन मुंबईच्या डॉक्टरांना दाखवून आले.

''भाऊसाहेब, तिथल्या डॉक्टरांचं म्हणणं आहे योगीला मुंबईच्या हॉस्पिटलमध्ये भरती करायला हवं.''

''जरूर करू. कुठलं हॉस्पिटल? कोण डॉक्टर?''

''ते मी सर्व ठरवूनच आलोय. पण आपलं मत घेतल्याशिवाय जायची इच्छा मात्र नाही.''

''योगी ठणठणीत व्हायला हवा. उपचार कोण करतंय ह्याला महत्त्व नाही.''

''पण आपण सुरू केलेलं वैद्याचं औषध...''

''थांबवायचं आणि निनी मी तुला काही तोडगे दिले होते. त्याचं काय करत्येस?''

''मृत्यूंजय जपही करेन आणि सोळा सोमवारही करेन.''

''तर मग जपाला सुरुवात लगेचच करायला हवी. तुम्ही मुंबईसाठी निघा. जपाचं मी बघतो.''

''ह्या गडबडीत बाळाचं बारसं लांबणीवर पडतंय.''

''निनी, तू त्याची काळजी करू नकोस. तुम्ही निघायची तयारी करा.''

भाऊसाहेब मृत्यूंजय जपाची, हवनाची तयारी करण्यात मग्न झाले.

''झाली का तयारी?''

''होतच आली. बाबा कुठे आहेत?''

''बाळाला घेऊन बसलेत. निनी वन्सं, योगी सर्वजण मुंबईला गेल्यामुळे

अगदी बेचैन झालेत. योगीची काळजी सतत करत असतात. म्हणतात, बाळ आहे म्हणून जरा मन रमवता तरी येतंय!''

''खरं आहे त्यांचं. जप पूर्ण झाला की मीही मुंबईला जाईन म्हणतोय.''

''अहो, एकदा बघाना परत योगीची पत्रिका! सारखा डोळ्यांसमोर येतोय. इथून जाताना किती घट्ट मिठी मारून बसला होता मला. ते छोटूसे हात सोडवत नव्हते. बघा ना एकदा पुन्हा!

''किती तरी वेळा बघून झाल्ये योगीची पत्रिका. काहीही धोका नाहीये. साधंसं आजारपण आहे. निभावेल आणि मी सांगितलंय ना त्याप्रमाणे निनीने करावं. म्हणजे ती करणार आहेच. अग, आत्तापर्यंत इतक्या जणांचे प्रश्न सोडवले. हा तर योगी आहे. आपला सख्खा!''

भाऊसाहेब निश्चिंत होते. मुंबईहून येणारे फोन योगीची हालहवाल कळवत होते. प्रकृती सुधारत होती. भाऊसाहेबांना मृत्यूंजय जपाचं फळ दिसू लागलं होतं. बाबा पुन्हा हसरे होत होते. बाळाच्या लीला दिवसेंदिवस वाढत चालल्या होत्या. निनीने जिद्दीने सोळा सोमवारचं व्रत स्वीकारलं होतं. योगीचा ताप उतरत होता. भाऊसाहेबांना नव्याने स्फुरण चढलं. त्यांनी बैठकीकडे लक्ष केंद्रित करायला सुरुवात केली.

''भाऊसाहेब, नमस्कार! कसा आहे आता तुमचा भाचा?''

''अगदी उत्तम. अरिष्ट टळलं.''

''काय होत होतं?''

''सततचा बारीक ताप असायचा. ताकद कमी होत होती. पण आता तब्येत सुधारल्ये त्याची. अहो, अखंड हवन करून मृत्यूंजय जपच केला ना! शिवाय निनीही काही उपवास करत्येच आहे.''

''डॉक्टर!''

''हो तर, त्यांचंही यश आहेच. पण आपणही बघितलंय्, मेडिकल ट्रिटमेंट कितीही योग्य मिळाली तरीही काही ना काही एखाद्याचं कमीजास्त होतं! काय कारण? पत्रिकेतील दोष! ते जर दूर करता आले तर हमखास यश!''

''तुम्ही स्वतःच सर्व जातीने बघत होतात. त्यामुळे...''

''त्यामुळे काही कमी-जास्त व्हायचा संभवच नव्हता. असंच ना?''

''अगदी बरोबर!''

भाऊसाहेब समाधानाने हसले. पुन्हा बैठकीवर नेहमीचं वातावरण पसरलं.

अचानक बाबांना येताना बघून भाऊसाहेब थबकले. एवढ्या कडकडीत

रणरणत्या उन्हात बाबा का घराबाहेर पडले?

"भाऊ ऽ ऽ ऽ ...!
भाऊसाहेब ताडकन बैठकीवरून उठले आणि बाबांपाशी धावत पोहोचले.

"भाऊ ऽ ऽ आपला योगी - गेला रे भाऊ ... आपला योगी..."

भाऊ भर दुपारी त्या कडकडीत, रणरणत्या उन्हात काष्टवत झाले. शब्द कानांवर पडत होते; पण अर्थबोध होत नव्हता. बाबांना सावरण्याऐवजी भाऊच कोसळले.

घर, बैठक सुनी झाली.

योगीचं क्रियाकर्म केलं गेलं.
आणि त्याच रात्री भाऊंनी नेसत्या वस्त्रानिशी घरदार सोडलं. निनीचा आक्रोश फक्त ऐकू येत होता.

"मी तुम्हा सर्वांचाच गुन्हेगार आहे. ज्योतिर्भास्कर ही पदवी बाळगण्याचा मला काहीही अधिकार नाही. मी असा रातोरात घरदार सोडून जात आहे; कारण दिवसाच्या लख्ख प्रकाशात तुम्हा कुणाला तोंड दाखवायची हिम्मत माझ्यात नाही."
"निनी, तुझा आक्रोश माझ्या शरीरातला कण न् कण व्यापून राह्यला आहे. माझा माझ्यावरचा विश्वास उडाला आहे. निनी, तुझ्या वहिनीला कळलेली एकच गोष्ट मला माझ्या आयुष्यात कळू शकली नाही. इतका मी माझ्या अहंकाराने झाकोळून गेलो होतो. ती अशिक्षित बाई, जिला मी नेहमीच कमी लेखलं, ती आज माझ्यापेक्षा सर्वज्ञानी ठरली. 'नियतीची गोम' तिला कळली होती. जी मला कधी जाणवली नाही. कर्ता मीच! एवढंच मला ठाऊक होतं. पण माझ्या ह्या अहंकाराने घात झाला. निनी, तुझी कूस रिकामी झाली. ती मी केली. माझ्यामुळे झाली. मला क्षमा करू नकोस. कधीही करू नकोस.
"बरं झालं, बाळाचं बारसं झालं नाही.
आता तुम्ही सर्वांनी मिळून मोठ्या प्रमाणात त्याचं बारसं करा! हा योगीच आहे, तो मी तुझ्या ओटीत घालतो आहे. निनी, आता तूच त्याची आई. तुझी कूस कायम भरलेलीच राहील. हिला सांग, मला खरंच पत्रिका बघता येत नाही. कारण तिची खरी साडेसाती आता सुरू झाल्ये."

आणि भाऊसाहेब निघून गेले. कुठे - ? माहीत नाही.

जगाला दिशा दाखवणारे भाऊसाहेब - एक वेगळंच व्यक्तिमत्व!

स्वत: मात्र दिशाहीन झाले.

म्हणूनच म्हटलं, शेवटी नियती म्हणूनही एक प्रकार असतोच!

कधी दिशा देणारा - तर कधी भल्याभल्यांना दिशाहीन करणारा!

जिंदाबाद

"**ह**मारी मांगे...
"पुरी करो."
"हाय, हाय... हाय... हाय
कामगारांवर अन्याय,
हाय... हाय!"
"जिंदाबाद जिंदाबाद...
तात्यासाहेब कांबळे जिंदाबाद..."

"शांत व्हा! माझ्या सहकाऱ्यांनो, शांत व्हा! नुसतेच नारे लावून आपल्याला अपेक्षित सुधारणा होणं, कदापी शक्य नाही. आता मोठा लढा द्यायची तयारी ठेवा. एकजूटीने आणि एकमताने रहा. आपल्या एकजूटीत मोठ्या अधिकारपदाचं, तात्पुरत्या सोयींचं आमिष दाखवून फूट पाडायला मॅनेजमेंट कमी करणार नाही. त्या प्रलोभनांना बळी पडू नका. एकाचं भल होईलही कदाचित्; पण त्यामुळे हजारोंचं नुकसान होईल, हे विसरू नका. आता जे काही होईल ते सर्वांचं मिळून होईल. मान्य आहे!"

"हो ऽ ऽ ऽ !"

"ठीक तर मग! आजच मॅनेजमेंटने मीटिंसाठी बोलावलं आहे. बघू काय म्हणतात. तोपर्यंत तुम्ही सर्वांनी शांत रहावे, अशी माझी तुम्हांला विनंती आहे."

"हम सब एक है !
हम सब साथ रहेंगे !

तात्यासाहेब कांबळे - जिंदाबाद !''

''या या कांबळेसाहेब, बसा.''

''नाही सर. उभाच ठीक आहे.''

''बसा हो, तात्यासाहेब.''

तात्या बसले.

''हं. बोला, तात्यासाहेब. प्रॉब्लेम काय आहे.''

''तो तर आम्ही आमच्या पत्रकात मांडलाच आहे.''

''तरी, तुमच्या तोंडून ऐकू द्या.''

''सर, मागण्या आधी आम्ही मॅनेजरसाहेबां पुढे मांडल्या होत्या.''

''बरं मग !''

''त्यांनी त्या मागण्यांकडे पूर्ण दुर्लक्ष केलं. म्हणाले, ''आधी तुमची कामं व्यवस्थित करीत जा. मग बघू.''

''काय पंडित? असं सांगितलंत?''

''त्याचं काय आहे सर! आपल्याकडे तीन शिफ्टस् असतात. पहिल्या शिफ्टची कामगार मंडळी शिफ्ट संपत यायची वेळ जवळ येत चालली की कामं थांबवतात. ती कामं सेकंद शिफ्टवाल्याकडे देतात. तीही तसंच करतात. ह्यामधे होतं काय, की पहिली शिफ्ट संपताना आणि सेकंडशिफ्टची माणसं येऊन काम सुरू करण्यामध्ये दीड, ते दोन तास वाया जातात. त्याचा परिणाम प्रॉडक्शनवर होतो. घेतलेल्या ऑर्डर्स वेळेवर पूर्ण केल्या जात नाहीत. सप्लाय ऊशीरा झाला की पमेंटस्ना उशिर होतो, त्याचा परिणाम पुन्हा रॉ मटेरियलच्या पर्चेसिंगवर होतो. हे एक सर्कलच सुरू होतं. केवळ कामगारांच्या बेजबाबदार वागणुकीमुळे.''

''हं - बोला तात्यासाहेब. ह्यावर काही उत्तर आहे!''

''आहे, सर! एक नाही, दहा उत्तरं आहेत.''

''सांगा!''

''कामगार लोक! त्यांचं पोट - त्याच्या हातांवर. त्यांना काम न करून चालणारच नाही; पण त्यासाठी चांगली मशिनरी, कँटिनची सोय, मेडिकल फॅसिलिटीज् ह्या अत्यावश्यक बाबी आहेत. जुन्या झ्ल्या मशिन्सवर त्यांनी आठ–आठ तास काम करायचं! त्या मशिन्सचं दर महिन्यांचं ठरलं मेंटेनन्स होत नाही. मेंटनन्सच्या नावाखाली पैसे तर घेतले जातात; पण सहा महिन्यांतून एकदा कधीतरी लोक येतात. अशा मशिन्सवर दोन तास जरी काम केलं तरी माणसाला थकायला होतं. नवीन मशिन्स हवीत असा अर्ज पाच महिन्यांपूर्वीच करून झालेला आहे; पण त्याची दखलही घेतली गेलेली

नाही. तेच कँटिन बाबत. त्या कँटिनमधले ते दोनच दोन पदार्थ, तेही हवे तेव्हा मिळतातच असं नाही. कँटिनची पाण्याची टाकी बघा! आतून शेवाळं साचतंय. असं पाणी आम्ही कामगार लोकं पीत आहोत. जुन्या मशिन्समुळे कुणाला दुखापद होते, तर दवाखाना नाही तातडीचे उपचार करायला. कसं आणि कोण अशा परिस्थितीत कंपनीला चांगला आऊट पूट देऊ शकणार?''

"तात्यासाहेब, ठीक आहे. मी तुमच्या मागण्यांचा विचार करतो. मला एक आठवडा तरी हवा निर्णय घेण्यासाठी; पण तोपर्यंत तुम्ही थांबवू नका. ह्या आठ दिवसांचा डबल पगार प्रत्येक कामगाराला दिला जाईल.''

"थँक्यू सर!''

"आई, बाबा आले!''

"का हो? एवढा उशीर आज?''

"सरांनी अचानक बोलून घेतलं मीटिंग झाली.''

"काय झालं मीटिंगमधे?''

"मी मीटिंग हँडल करतोय, म्हणजे काय होणार? जिंकणारच ना!''

"आता ते मला चांगल्यापैकी माहीत झालंय की तुम्ही कधीच हार खाणार नाही. पण म्हणजे संप मिटला?''

आठ दिवसांची मुदत मागून घेतलीय सरांनी. दिली.''

"बाबा, बाबा, माझं ड्रॉइंग बघा ना!''

"पप्पू, किती वेळा तुला सांगितलं की मी बोलत असताना मधे बोलायचं नाही म्हणून!''

"पण बाबा, मला प्राईझ मिळालं?

"नंतर बघतो, पण अभ्यास झालाय का? स्कूलबॅग लावलीस? शुभं करोती, पाढे म्हणून झाले?''

"नाही - आता म्हणतो.''

"जा, पळ मग! हां, तर काय सांगत होतो?''

ट्रिंग ट्रिंग.

"हॅलो, हो हो तात्यासाहेब बोलतोय. ...

"कोण? हां हां शंकरराव? बोला, काय म्हणताय?''

संप ना? हो हो, मागे घेतलय तात्पुरता. .. छे - छे - असा नाही सोडणार.. तुम्हाला माहित्ये ना. ह्या तात्याने एकदा मनावर घेतलं की. .. हो. हो - निर्धास्त रहा. मी आहे ना .. काही काळजी नको. बरं - ठीक!

"जेवायला वाढू ना?''

"हो हो. भूक लागल्ये खूप."

"बाबा, नमस्कार!"

"हं. आता उद्यापासून सांगायला लागता कामा नये. रोज परवचा, पाढे म्हटलंच गेलं पाहिजे. आमच्या लहानपणी .."

"हो माहित्ये. आज्जी पाढे म्हटल्याशिवाय जेवायला द्यायची नाही. आजही तुम्हांला पाढे पाठ आहेत त्यामुळे!"

"सर्व माहित्ये, तर स्वतःनेच आपणहून म्हणावं. सांगायला का लागतं? बरं चल - जेवायला."

"मी जेवलो."

"का ग? ह्याला पाढे. परवचा म्हणायच्या अगोदर का वाढलंस जेवायला. तुला सांगितलं होतं ना मी?"

"चिडताय कशाला? एवढ्यात तर शिकवणीहून आला. भूक लागली होती?"

"हेच, हेच मला तुमचं आवडत नाही. पोराला वळण लावायचं सोडून नुसते लाड करताय. शिस्त म्हणजे शिस्त; पण तुम्हीच असं वागता तर..."

"वाढू ना तुम्हाला?"

"मी जरा काही बोलायला लागलो की विषय बदलणारच."

"विषय कशाला बदलू? आणि मी जरी बदलला तरी तुम्ही थोडी सोडणार आहात. गरम जेवण वाढत्ये, जेवतांना सुरू करा पुन्हा!"

ट्रिंग ट्रिंग ..

"हा मेला फोन! शांतपणे जेवून देणार नाही."

"हॅलो - "

"तात्यासाहेब आले नाहीत अजून. थोड्यावेळाने फोन करा."

"अगं अगं, कोण होतं फोनवर?"

"मी नाही नाव विचारलं."

"बघ आता. साधं नाव नाही विचारता येत? काय म्हणतील माणसे? इतकी जण आज माझ्यावर अवलंबून आहेत, मी असं वागून कसं चालेल!"

निदान जेवताना तरी मला, तुम्हांला शांतता हवी आहे. ती युनियन मेली रोजचीच आहे. पप्पूसाठी काही वेळ काढत नाही तुम्ही! बिचारा केवढा हिरमुसला! त्या चित्रासाठी त्याला बक्षीस मिळालं, ते दाखवण्यासाठी इतका वेळ जागत बसला होता. तुम्हांला काही कौतुक त्याचं? दिवस-रात्र नुसती युनियन! बायका-पोरं काय, आहेतच! जातील कुठे?"

"झाली. झाली सुरुवात! अगं. हा तात्या आहे म्हणून ती मिल आहे. मॅनेजमेंट आणि कामगांर दोघांनाही एकाच वेळेस समर्थतेने सांभाळतोय. दोरीवरची कसरत आहे ती!"

"सांगितल्ये कुणी ही कसरत करायला? काय मिळतं? साधं जेवणही शांतपणे घेता येत नाही. माझं जळलं ते तरुणपण - गेलं. निदान मुलांच्या हौसी तरी पूर्ण करायच्या?"

ट्रिंग ट्रिंग..

"थांब, मीच घेतो."

"हॅलो - हो हो - तात्याच बोलतोय. अरे वा वा .. कसे आहात? काय म्हणते तिकडची मिल? इथे? .. हो .. हो. उद्यापासूनच .. एक काम करा ना .. त्या तावडेची बदली करून टाका .. नाही म्हणे फारच शहाणा समजतो स्वतःला ... मी घेतो सांभाळून. हो - बेलाशक .. गुड नाईट!"

"बाबा ... हळू बोला ना .. झोप येत्ये मला ..."

"बाबा, अजून नाही आले?"

"मीपण वाट बघत्ये त्यांची."

"त्यांच्या लक्षात तरी आहे का माझा वाढदिवस?"

"तुझा वाढदिवस कसा विसरतील ते, मनी?"

"किती हुषार पण? ह्यापुढे कधी जाणार हॉटेलमधे?"

"भूक लागल्ये ना? मी पटकन तुझ्या आवडीचं काहीतरी बनवते."

"हे नेहमीचंच आहे."

"अगं, कामात असतात ते. मुद्दामून थोडी उशीर करतात?"

"एक दिवससुद्धा देऊ नाही शकत माझ्यासाठी?"

"काहीतरी अडचण आली असेल त्यांना. चल मी जेवण करते."

"काही नको - आम्ही नाही घरात जेवणार."

"पप्पू, तू अजून तिला राग येईल असं बोलू नकोस."

"तो बोलला काय नी नाही बोलला काय, मला यायचा तो राग आलेलाच आहे."

"किती उशीर केलात आज! मूलं न जेवताच झोपली."

"काय करणार? मिलमधे एकाचा हात गेला मशीनमधे. तिथल्या तिथे बेशुद्ध पडला. मग धावपळ करायला लागली सगळी."

"आता कशाला धावपळ? दवाखाना सुरू झालाय ना मिलमधे?"

"हो, पण ह्या वेळेला तिथे डॉक्टर तर हवा ना!"

"आणखीन कुणी नव्हतं तुमच्याव्यतिरिक्त?"

"अगं, शिफ्टवाले कामगार होतेच ना. पण काय आहे. की ती माझी जबाबदारी होती. माझ्या युनियनमधल्या कामगाराला दुखापत झाली आहे, म्हटल्यावर, मी तिथे असूनही जर त्याला हॉस्पिटलमधे नेलं नसतं, तर केवढी नाचक्कीची गोष्ट झाली असती, आणि माझ्याकडून असं वागणं कधी होणारच नाही. वाढदिवस पुन्हा पुढल्या वर्षी येईलच. तेव्हा आपण जाऊच!"

"तोपर्यंत कशाला थांबायचं पण? उद्याच जाऊ आपण हॉटेलमधे तिला घेऊन!"

"उद्या? शक्य नाही. उद्या तर अपोझिट युनियनवाल्यांची जाहीर मीटिंग आहे. तो तो पोवळे काय तारे तोडतोय बघायचंय."

"हे अगदी अतिच्. तुमच्या युनियनची मीटिंग, मी समजू शकते; पण पोवळेची मीटिंग असून तुम्ही त्यात लुडबूड करणार!"

"काय बोलतेस तुला कळतंय का? त्याला लुडबूड नाही म्हणत. त्याला राजकारण म्हणतात."

ट्रिंग ट्रिंग...

"हॅलो ऽ ऽ"

"नमस्कार, नमस्कार! काय म्हणताय? आत्ता कसा काय फोन केलात उद्याची तुमची मीटिंग ना?... हो हो येणार ना .. नाही नाही. तुमचे मॅनेजमेंटबद्दलचे व्ह्यूज ऐकायची इच्छा आहेच. छे.. छे. उलट कौतुक आहे तुमचं - हो, हो -

ऑल द बेस्ट...

काय समजतो स्वत:ला हा!"

"कोण?"

"पोवळे ग!"

"त्याने तुम्हाला फोन केला?"

"मग! भीती आहे ना त्याला, त्याची मीटिंग उलथवून लावेन म्हणून! नमस्कार. नक्की या. तुमच्याशिवाय शान नाही, तुम्हीही जरा बघा आमचे विचार - वगैरे बोलत बसला होता. डँबिस! एकीकडून जाम घाबरून असतो मला."

"जेवायला चलणार आता?"

"मुलांनी पाढे - परवचा म्हटलं?"

"तात्यासाहेब, तुम्ही आहांत म्हणून इथे कामगारांच्या फायद्याच्या गोष्टी

होत आहेत.''

''अरे प्रयत्न केले की, काय अशक्य आहे? त्यासाठी झिजावं लागतं. चंदनाचं खोड उगाळलं की सुगंधच पसरणार. आणि कोळसा उगाळला तर काळाच होणार!''

''हे अगदी बरोबर बोललात. त्या मीटिंगमधे पोवळ्याने खरंच कोळसाच उगाळला; पण तुम्ही मात्र बाजी मारलीत.''

''तो मला बोलायला देईल असं वाटतच नव्हतं; पण मला आमंत्रण देऊन त्याच्या कामगारांसमोर फसला! त्याच्या शिफ्ट्स बदलण्याच्या धोरणावरच असा आघात केला की मीटिंग संपल्यानंतर त्याला ''तो आघात होता'' हे कळलं.''

तुमच्या भाषणाबद्दल काय आम्ही बोलणार? आमची तेवढी पात्रताच नाही.''

''त्याचं असं आहे, अशा माणसाची गोड बोलून मारायची. त्यावर मग काही प्रत्युत्तरच देऊ शकत नाही तो.''

''सर पण होते, मीटिंगमधे. ते बरोबर समजले असणार, तुम्हाला काय सुचवायचंय ते!''

''मोठा हुषार माणूस आहे तो. नंतर मला बोलावून घेतलं केबिनमधे! आणि चक्क हात मिळवला. म्हणाले, ''तात्यासाहेब दोन्ही पारडी समानतेत कशी तोलायची ह्याचं तुमचं ज्ञान बघून थक्क झालो.'' अरे ह्यातच सर्व काही मिळालं.''

''तुम्ही त्या पोवळेच्या युनियनमधल्या चार-पाच जणांना फितवलंत म्हणे?''

''मी कोण फितवणार?ते आपणहूनच आले.''

''पण, तुम्ही काहीतरी केलं असणारच ना!''

''तसं, तर करायलाच लागतं. साधीशी गोष्ट, पोवळे त्या चार कामगारांच्या प्रमोशनसाठी मॅनेजमेंटशी भांडत होता. आपल्या युनियनच्या वर्कर्सपैकी दोघांच्या प्रमोशनसाठी मी हटून बसलो होतो. सर, दोघांचंहा ऐकत नव्हते. शेवटी मी सरांकडे गेलो, म्हणालो, सर, एक वेळा माझ्या वर्कर्सना प्रमोशन नका देऊ. पण पोवळेचे वर्कर्स सिनियर आहेत. त्यांना मात्र द्याच! माझ्या ह्या मागणीमुळे सर आश्चर्यचकित झाले आणि त्याचा शेवट सहाही वर्कर्सच्या प्रमोशनमधे झाला. मी त्या चारांची बाजू घेऊन बोलले हे समजल्यावर ते चौघेही माझ्या युनियनचे मेंबर्स झाले.''

''पण पोवळेच्या वर्कर्ससाठी तुम्हाला सरांकडे जायचं काय कारण?''

“साधा हिशोब आहे. माझे वर्कर्स दोन वर्षांनी ज्युनिअर होते; पण त्यांच्या घरांत फायनॅंशिअल प्रॉब्लेम्स वाढलेत. सिनिऑरिटीप्रमाणे पोवळेचे वर्कर्स सिलेक्ट झाले असते, तर त्यांना अजून दोन वर्ष थांबावं लागलं असतं. म्हणून मी डावपेच केला. मीच पोवळेच्या वर्कर्सची भलावण करतोय म्हटल्यावर सरांना दुसरा मार्गच नव्हता. शिवाय माझ्या युनियनचे मेंबर्सही वाढले.”

“मनी, बाबांचे असे असंख्य डावपेच किती वेळ चालणार!”

“पप्पू, तू लहान आहेस हं अजून. असं काहीतरी बोलू नकोस. बाबांनी ऐकलं तर खैर नाही.”

“मोठा झालोय मी आता एकविसावं लागेल मला आता!”

“अरे पण - त्यांच्यापुढे आपण लहानच ना? आणि तुला मला काय कळतंय राजकारणातलं?”

“का नाही समजत? रोजच्या रोज ऐकत तर असतो आपण! असं समजू नकोस की मी फक्त ऐकतो! बरोबर लक्ष असतं माझं. त्यांनाही नाही माहीत, ऐकून ऐकून काय काय शिकलोय ते!”

“बापरे! म्हणजे तुझ्यापासून सावधच असायला हवं!”

“अर्थातच!”

“तात्यासाहेब, पुढल्या महिन्यांत रिटायर्ड होणार तुम्ही!”

“हो - उद्यापासून रजेवर जातोय.”

“खूप केलंत तुम्ही ह्या मिलकरता! तुम्हाला विसरणं आम्हांला कधीच शक्य होणार नाही. तुमच्यामुळे केवढ्या सोयी झाल्या आमच्याकरता!”

“अरे, अरे, मला रिटायर्ड व्हायला वेळ आहे अजून. आत्तापासूनच मी जातोय, असं वाटून बोलतोयस का तू?”

“नाही हो, तात्यासाहेब. मला तर वाटतंय की तुम्ही कायमचे इथे असावत!”

“अरे, रहाणारच आहे. मी येत जाईन ना! आणि मला तरी कुठे चैन पडणार आहे तुमच्याशिवाय? संपूर्ण आयुष्य वेचलय माझं मी ह्या कामगारांकरता. ते विसरतील का हे?”

“नाही हो, शक्यच नाही.”

“ना घर बघितलं, ना संसार, मुलांकडेही दुर्लक्ष झालं. त्यांच्या कुणाच्याच अपेक्षा पूर्ण नाही करू शकलो; पण इथे हजारोंचा निवारा, सौख्य, भलं चिंतिलं आणि केलंही!”

"ही तुमची आम्हा कामगारांसाठी दिलेली एक प्रकारची कुर्बानीच आहे. भारत मिल म्हटलं की सरांच्या आधी तुमचं नाव येतं, ते त्याचमुळे.''

"चालायचंच कुणीतरी त्यासाठी ठामपणे उभं रहाणं आवश्यक असतंच! तो मी राहिलो इतकंच! चल, जरा सरांकडे जाऊन येतो. त्यांनीही पुरेपूर मान दिला माझ्या प्रत्येक शब्दाला. आता रिटायर्ड होणार आहे. आता काही तक्रार नाही नि अपेक्षाही नाही.''

"बाबा एकदम बदलले नाही?''

"असंच होतं, मन! राज्य संपत आलं. सिंहासन रिकामं करण्याची वेळ आलये.''

"बाबांना खूपच जड जाईल नाही?''

"त्यावर काहीच इलाज नाही, पप्पू! जुनं जातं, नवं येतं हा तर जगाचा नियमच आहे. जून गेलंच नाही तर नव्याला संधी कशी मिळणार?''

"पण बाबा तर अजून केवढे उत्साही आहेत. नंतर घरात बसून काय करतील?''

"बघू! काही ना काही मार्ग निघेलच.''

"आज, इतकी वर्षे सातत्याने आपल्याकरता झगडणाऱ्या तात्यासाहेब कांबळेचा आज आपल्यामधे असण्याचा हा शेवटचा दिवस त्यांनी आपल्या सर्वांसाठी जे अथक परिश्रम घेतले, ते वादातित आहेत. त्यांच्या उद्यापासूनच्या अनुपस्थितीने आपल्याला एकप्रकारचं पोरकेपण येणार आहे; जे कुणीही दूर करू शकणार नाही. त्यांना मिळणारे सलाम हे खुर्चीला केलेल सलाम नव्हते किंवा त्या अधिकाराला केलेले सलाम नव्हते. ते फक्त तात्यासाहेब, एक व्यक्तिमत्व म्हणून, आपल्यासाठी झगडणारं एक आपलं माणूस म्हणून केलेले सलाम होते; जे कायम रहातील. उद्या केव्हाही ते आपल्यात आले तर तसेच सलाम त्यांना तेव्हाही मिळतील, इतकं मोठं कार्य त्यांनी आपणासाठी केलेलं आहे. तात्यासाहेबांनी दाखवलेल्या मार्गावरून त्यांची, आम्ही लेकरं कायम वाटचाल करणार आहोत, जो मार्ग तयार करण्यासाठी त्यांनी उन्हं पाऊस पाहिलेलं नाही. पाहिलं ते फक्त आपलं हित! त्यांना उदंड आयुष्य लाभो आणि असंच मार्गदर्शन देण्यासाठी त्यांनी अधूनमधून त्यांच्या सोयीने आपल्यात यावं हीच एक प्रार्थना करून मी माझं भाषण संपवतो. बोला, कामगार युनियन..

जिंदाबाद!

तात्यासाहेब कांबळे.

जिंदाबाद जिंदाबाद!''

''तुम्ही मला दिलेल्या ह्या मानाने, सत्काराने मी अगदी भारावून गेलो. आहे. आज माझ्या भावना व्यक्त करायला, माझ्यापाशी शब्द नाहीत. तुमच्या माझ्यावरच्या अफाट प्रेमामुळे आणि सहकार्यामुळेच मी आज इथंपर्यंत येऊन पोहोचलो आहे. मी जरी तुमच्यात आता नसलो तरी मनाने मात्र ही मिल हेच मी माझं घर मानलंय. आणि माझ्या घरांत मी येईन हेही नक्की! पण एक सांगतो, ''संघटना महत्त्वाची! व्यक्ती नाही.'' ही संघटना, आपली एकजूटी ही कायम राहो. एक व्यक्ती गेली तर फारसा फरक पडणारा नाही. कारण ती व्यक्ती तुम्ही बनवता. साथ देऊन! अशीच साथ पुढेही येणाऱ्या, माझी जागा घेणाऱ्या व्यक्तीला द्या. संघटना जिवंत ठेवा. हेच आज माझं तुमच्याजवळ शेवटचं मागणं आहे. पूर्ण होईल ना?''

''हो ऽ ऽ ऽ''

''धन्यवाद तुम्हां सर्वांचा मी कायम ऋणी आहे. मला आज सर्वकाही मिळालं पुन्हा एकदा आभार मानतो. ''कामगार युनियन...

''जिंदाबाद जिंदाबाद..''

''तात्यासाहेब कांबळे हे मला वडील माणूस! पण माझा मान त्यांनी कायम मला ''सर'' म्हणून ठेवला. वडीलधाऱ्या व्यक्तीकडून 'सर' म्हणवून घ्यायचं खटकत होतं. पण तो मान खुर्चीचा होता. आज मी सर नसून, तुमच्यासारखाच त्यांचा एक शिष्य आहे. मॅनेजमेंट आणि कामगार ह्यांचं सख्य दुनियेला माहीत आहे किती असतं ते! पण तात्यासाहेबांनी हे खरंच सख्यच आहे, हे त्याच्या कारकिर्दीत दाखवून दिलं. त्यांच्यामुळे मला ही मिल चालवणं आणि नावारूपाला आणणं शक्य झालं; कारण त्यांनीच सांगितल्या प्रमाणे, ही मिल त्यानी त्यांचं घरच मानलं आणि घर दुभंगता कामा नये ही काळजी घर – मालक घेत असतो तशीच त्यांनीही घेतली. तुमच्या माझ्यात त्यांनी नातं निर्माण केलं. आपण मित्र झालो. तात्यासाहेबांनी केलेल्या ह्या नात्याचं पालन मी कायम करेन. हीच आज त्यांना माझ्याकडून, त्यांना निश्चित आवडणारी भेट असेल.''

तात्यासाहेब कांबळे ..

जिंदाबाद ...

तात्यासाहेब कांबळे

जिंदाबाद ...!

''छान झाला नाही सोहळा?''

''बाबांना केवढा मान आहे!''

“ते त्यांनी कष्टाने कमावलेलं स्थान आहे मुलांनो!”

“तुझ्याबद्दल पण बोलेले की सर!”

“ते आपलं उगीचच त्यांना काय माहीत? अडीअडचणीच्या वेळी सुद्धा हे जेव्हा मिलमध्ये असायचे, तेव्हा घरात त्या युनियनला मी माझी सवत असं म्हणायची ते!”

“अगं, तेव्हाचं तुझं तसं वागणं बरोबरच असायचं!”

“ते काही मला कळत नाही. आता वाटतंय पण, की मी चूकत होते. किती वाद घालायची त्यांच्याशी जेव्हा उशिरा घरी यायचे?”

“आणि घरी आल्यानंतरचे ते तीन प्रश्न? होमवर्क झालं का?”

“पाढे म्हटले का?”

“परवचा म्हणून झालं का?”

“ते तुमच्यावर संस्कार व्हावेत ब्राम्हणांसारखे म्हणून हो! आणि जरा देवाचं नावही घेतलं जावं म्हणून! नाहीतर हल्लीची मुलं? सारखी T-V- समोर चॅनेल्स बदलत बसलेली. कोणी येवो-जाओ - T-V- पुढून मांडी काही मोडणार नाही.”

“खरंच! आता मोठे झाल्यावर समजतंय ते आम्हांला!”

“देव पावला!”

“कुठे निघालात?”

“जरा हिंडून येतो.”

“गेलंच पाहिजे का? रिटायर्ड होऊन महिना तर झाला! जरा आराम करा आता. खूप धावपळ झाली इतकी वर्षं! ना दिवस रात्र!”

“मनी कुठे गेल्ये?”

“मैत्रिणीकडे.”

“अशी अवेळी.”

“अवेळी कशाने? सातच तर वाजलेत.”

“सात वाजता मुलींनी घरात असायला हवं.”

“ते दिवस गेले बरे.”

“तुम्ही जाऊन दिलेत. वेळच्या वेळी वळण लावलं असतं तर असं झालं नसतं.”

“किती वेळा सांगून झालं तुम्हाला त्या वेळेला! मुलं ऐकत नाहीत. एकदा तुम्ही शांतपणे त्यांच्याशी बोला!”

“मी बोलायचं काय कारण? मुलं आईच ऐकत नाहीत म्हणजे काय?

तेवढी कडक वागली नाहीस त्यांच्याशी. त्याला मी काय करणार, तू कडक वागायची नाहीस म्हणून तू चांगली आणि तसा मी वागायचो म्हणून माझ्याबद्दल नेहमी त्यांचं मत वाईट!''

"हां आता उगीचच जागा करताय. तसं कधी म्हणाली हो ती दोघे तुमच्याबद्दल काही गैर?''

"बोलली नसतील पण वागणुकीवरून जाणवायचं ना!''

"मग का नाही सुधारणा केलीत तुमच्यात?''

"म्हणजे तुझ्यासारखं वागायला हवं होतं? सगळं त्यांच्या कलाने? मला ते कधीच शक्य नाही. मी तसा नाही. मुंबईसारख्या शहरात एकट्याने येऊन कुणाच्याही आधाराशिवाय आज इथपर्यंत पोहोचलोय. स्वत:ला स्वत:नेच घडवलंय.''

"हे बघा, तुमचं कुठे चुकीचं म्हणत्ये मी? पण मुलांमधे मूल होऊन रहावं लागतं कधी कधी! कधी प्रेमाने, कधी रागावून, तर कधी हसत–खेळत वागून आपल्याला त्यांना घडवावं लागतं. घरात युनियनमधल्यासारखी हुकूमशाही कशी चालेल?''

"सारखं सारखं युनियनबद्दल बोलू नकोस. त्यापेक्षा जातोच मी जरा बाहेर.''

"बाबा, चिडचिडे झालेत नाही हल्ली?''

"अगं, कायम कामात असलेला माणूस एकदम रिकाम झालं की जरा चिडचिडं होणारच.''

"आणि एक मार्क केलंस का? ते हल्ली सारखे फोनजवळ बसलेले असतात. रात्री त्यांना बरेच वेळा फोन यायचे ना! आता तसे येत नाहीत.''

"परवा गमंतच झाली. असाच दहा–साडेदहाला फोन वाजला. तर ते धावत गेले फोन घ्यायला. फोन होता माझा "पप्पू, तुझा फोन आहे. घे कसले रात्री-अपरात्री तुझे फोन येतात रे!'' असंही वर म्हणाले.''

"त्यांना एकटं वाटत असेल. पण त्यांना कुणी मित्रही नाहीत.''

"त्यांनी केलीच नाही फ्रेंडशीप कुणाशी!''

"कशी होणार? ते कायम वरच्या लेव्हलवर होते मिलमधे! तो स्टेट्स ते कायम जपत आले. कधी मिक्स नाही झाले आणि त्यांना वेळही नव्हता.''

"पण आता काय करायचं? ते असेच चिडचिडत राहिले तर त्यांना त्रास होईल.''

"तूम्ही मिलमधे नाही गेलात त्या दिवसानंतर?''

"कशाला जायचं आता तिथे?"

"तुम्हीच भाषणात म्हणाला होतात ना, की ते तुमचं घर आहे. तुम्ही घरी जालच म्हणून!"

"ते खरं होतं पण आता वाटतंय त्यात काही अर्थ नाही."

"जाऊन तर बघा!"

"तू म्हणालीस म्हणून गेलो आणि खरच खूप बरं वाटलं. सगळ्यांना आनंद झाला. माझी चौकशी केली. सध्या युनियनमधे काय काय चाललंय ह्याचं रिपोर्टिंग केलं. माझाच चेला रामू आता लिडर झालाय. त्याला दोन तीन टिप्स दिल्या. खूष झाला."

"बरं झालं चला!"

"एक उमेद आली परत. आपण अजूनही हवे आहोत ही भावना सुखदायकच असते."

"बाबा, तुम्ही माझ्या मित्रांना काय बोललात?"

"कशाबद्दल रे?"

"ते आले होते ना परवा आपल्या घरी मी नसताना?"

"हो. छान वेळ गेल."

"कसा गेला वेळ? माझ्याबद्दल काहीबाही सांगत बसलात! मी असंच करतो, तसंच करतो."

"काय चुकलं? तू तुझी छोटीशी कंपनी काढली आहेस. बरोबर?"

"हो."

"त्यात वर्कर्स आहेत!"

"ते मिलमधे असतात असे नाहीयेत."

"म्हणजे?"

"ते शिकलेले डबल ग्रॅज्युएट असे आहेत. ते तुमच्या कामगारांसारखे अर्धशिक्षित नाहीत."

"तू उगीचच तुलना करत आहेस. वर्कर्स म्हणजे वर्कर्सच. ते कितीही शिकलेले असोत वा अशिक्षित असोत. त्यांच्यात फरक नाही. कारण शेवटी त्यांची जातकुळी एकच असते."

"असं तुम्हाला वाटतंय. कारण तुम्ही शिक्षित वर्गाला हॅंडल नाहीये केलेलं."

"काय चाललंय बाप-लेकाचं?"

"ऐका, हे चिरंजीव मला शिकवतात. एका अशा माणसाला, ज्याने

जन्मभर वर्कर्स लोकांचे प्रॉबलेम्स सोडवले. त्यांच्यावर हुकूमत गाजवली. आजही जरी मिलमधे गेलो तरी सगळे सलाम करतात.''

''पप्पू, तू जा बघू बाहेर.''

''घे पुन्हा त्याचीच बाजू. घरातल्यांना किंमतच नाही माझी!''

''उगीच चिडताय. जा रे तू.''

''बाबा, कुठे गेलेत एवढया उन्हाचे?''

''दुसरीकडे कुठे जाणार मनी? गेलेत मिलमधे!''

''त्यांना नाहीच बरं वाटणार त्याशिवाय. आता सात-आठ महिने होऊन गेले रिटायर्ड होऊन; पण अजूनही .. ते बघ आलेच.''

''लगेचच आलात?''

''उन्हाचा परतलोय. पाणी वगैरे द्याल की नाही?''

''जा ग! पाणी आण कशाला एवढी वणवण करता? जन्मभर तेच केलंत. शांत आयुष्य जगावं आता. माझ्याबरोबर संध्याकाळचं मंदिरात चला. छान भजनं चालू असतात. कसं बरं वाटतं.''

''आता तू उपदेश देत्ये हो? तुमचीच घालमेल चाललेली असते म्हणून म्हटलं.''

''घालमेल नाही होणार? हा परवाचा पोरगा!''

''कोण? पप्पू?''

''पप्पू नाही ग! तो रामू माझा असिस्टंट. आज माझ्या खुर्चीवर बसलाय तो! सर्व अधिकार हातात आलेत. माज आलाय. क्षुल्लक कारणावरून संप करतोय. त्या कामगारांना उपाशी मारणार तो. चार शब्द सल्ला द्यायला गेलो, तर म्हणतो कसा, तात्यासाहेब, बराच फरक पडलाय मिलमधे! तुमचा काळ गेला. खूप नरमाईने घेतलंत. आता नाही चालणार असं. आम्ही बघून घेऊ काय करायचं ते. तुमचा सल्ला नकोय.''

''असं म्हणाला?''

''हो तर! आता कोण विचारतो तात्यासाहेबाला? म्हातारा झालाय ना? रिटायर्ड करून म्हतारपणावर शिक्का मारून झालाय. ही नवीन पिढी म्हणे! सळसळत्या रक्ताची! आता हे जे सळसळतं माझ्या अंगात, तेही रक्तच आहे. कामगारांचे पुढचे हाल डोळ्यांसमोर दिसतायत. रहावत नाहीये. काय करणार? भाषणं दिली त्याने मोठमोठी रिटायर्ड होतानाच्या समारंभात. सेंड ऑफ! त्यातली एक ओळसुद्धा लक्षांत नाही त्याच्या.''

''अहो. असं होतच. तुम्ही शांतपणे पडा जरा.''

“एक गोळी दे झोपेची. त्याशिवाय झोप येणं शक्य नाही.”

“बाबांना सांग ना आई! सारखे येतात ऑफिसमधे. मी कुणाला फायर करत असेल तर त्याच्यासमोर मलाच अडवतात. चुकीचं ठरवतात. आता माझ्या स्यफसमोर असं करायला लागले तर माझ्या शब्दांना काय किंमत रहाणार?”

“आता इतक्यातच काही बोलू नकोस. जरा सांभाळून घे. हल्ली रोज झोपताना झोपेची गोळी घेतात. सारखे अस्वस्थ असतात. त्यात तुही काही बोललास तर बघायलाच नको.”

“ते सगळं मान्य आहे. मलाही त्यांच्याबद्दल आदर आहे. त्यांचं बोलणं ऐकून ऐकूनच मी स्टाफला हँडल कसं करायचं ते शिकलोय; पण त्या काळात नी आजच्या काळात फरक आहे, हेच त्यांना समजत नाहीये.”

“काय, काय समजत नाहीये मला?”

“तुम्ही T-V- बघायला चला बरं!”

“तू मधे येऊ नकोस हं. बोल तू काय म्हणालास?”

“बाबा, मला तुमच्याविरुद्ध असं काही बोलायचं नाहीये; पण तुम्हीही जरा माझे प्रश्न समजून घ्या. मी इथे बॉस आहे. माझ्या हाताखालची ती माणसं आहेत. तुम्ही त्यांची बाजू जरूर घ्या; पण त्याच्याच समोर मला तडजोड करायला भाग पाडता, हे योग्य आहे का?”

“मग? तू त्यांच नुकसान करशील तर कसं चालेल?”

“मी नुकसान नाहीये करत. त्याच्यावरच तर हा सगळा डोलारा उभारून जबाबदारी सोपवलेय.”

“तेच म्हणतोय मी! ह्याची जाण तुला ठेवायलाच हवी. तेच तू विसरतोयस.”

“बाबा, तुमचा काळ - आणि..”

“माहित्ये, तेच तेच सांगू नकोस सारखं. सगळीकडून तेच ऐकतोय - तो काळ हा काळ - जुनं - नवं - म्हातारा .. हो. म्हातारा झालोय ना मी? मग टाक वृद्धाश्रमात. म्हणजे सुटलास. तसं कशाला मीच जातो वृद्धाश्रमात कटकटच नको कुणाला.”

“बाबा, तुम्ही गैरसमज करून घेताय मला तसं काहीच..”

“जातोय मी. बास. चल ग. बॅग भर आपली.”

“काय ही खोली?”

“चांगली आहे की!”

“एवढं सोन्यासारखं घर–मुलं सोडून आलात. काय मिळवलंत?”

"जिथे माझ्या शब्दाला मान नाही, तिथे मी रहाणं शक्य नाही. तुला जड जात असेल तर जा खुशाल तुझ्या लाडल्याकडे!"

"तुम्हाला सोडून मी जाणं शक्य नाही, हे तुम्हालाही माहित्ये, म्हणून बोलताय ना?"

"तसं नाही ग! पण आयुष्यभर झुंज दिली. आधी गरिबीशी, नातेवाईकांशी, नोकरीमध्ये होणाऱ्या अन्यायाशी! ह्या मनाला, शरीराला झगडा दयायची सवय लागल्ये. अन्याय सहन नाही होत, मग तो पोटच्या मुलाने इतरांवर केलेलाही!"

"समजतंय, समजतंय मला!"

"तुझी साथ मिळाली. काही तक्रार नाही माझी तुझ्याबद्दल. तुला मात्र खूप तक्रारी असतील. हो ना?"

"नाही. आता नाहीत. आधी होत्या; पण त्या कधी मावळल्या कळलंच नाही. ते राहू दे. झोपा आता."

"गोळी देतेस ना?"

"काय हे अन्न? आमटी आहे का नुसतं पिवळं पाणी?"

"वृद्धाश्रम आहे हा. घर नाही."

"म्हणून काय झालं? पैसे मोजतोय आपण इथे!"

"चालायचंच हे असंच होतं. दुनियाच तशी आहे."

"मला नाही सहन होणार हे!"

"बघा हं पुन्हा सुरुवात होत्ये. मग दोन-दोन गोळया खाता रात्री शांत व्हा बघू."

"आजोबा तुम्ही इथे काय करताय?"

"बघतोय तुमचं रसोईघर कसं आहे ते."

"पण इथे यायला मनाई आहे."

"कुणाची?"

"बाहेर पाटी नाही का वाचलीत?"

"अशा शंभर पाट्या जाळून टाकल्यात! समजलं?"

"काय हवंय तुम्हांला?"

"मला बघायचं तुम्ही जेवण कसं बनवता. काय काय वापरता जेवणासाठी!"

"कोण रे हे?"

"हे ते आठ नंबरमधे राहणारे नवीन आजोबा!"

"काय हवंय?"

"अरे अरे, इथून कुठून आलास?"

"बाथरूममधून!"

"आणि चक्क भाजी चिरायला घेतलीस? हातही न धुता? काय लाजा आहेत की नाहीत तुम्हाला? हे असं जेवण बनवतात?"

"त्यात काय झालं आजोबा? स्वच्छच आहेत हात!"

"वर बोलतोय तोंड उघडून? शी - शी - कठीण आहे."

"आजोबा, जा, बाहेर जाऊन बसा. इथे तुमचं काम नाही."

"कसला त्रागा करताय एवढा?"

"तो कोण तो दीडदमडीचा आचारी! माझा अपमान करतो! पण सांगतोय तुला; महागात पडेल त्याला. हा तात्या आहे. असा गप्प बसणारा साधासुधा माणूस नाहीये."

"काय करणार आपण? कोण साथ देणार इथे! ही काय तुमची मिल आहे!"

"अन्यायाविरुद्ध झगडण्यासाठी मिलची आवश्यकता नाही. समजलं?"

"त्रास होतोय ना? ह्या घ्या गोळ्या."

"लचक भरली वाटतं पायात!"

"जरासा मुरगळलाय!"

"कुठे जाऊन धडपडलात? आणि इतक्या सकाळीच कुठे गेला होता? मॉर्निंग वॉकला?"

"तरुण असताना पण कधी दहा पावलं चालावी लागली नाहीत. गाडी होती ना आपली?"

"ती मोटार सायकल? दहा वेळा बंद पडणारी? शेवटी पप्पू चिडला आणि तुमच्या नकळत मोडीत काढलीन्. केव्हढे चिडला होतात!"

"मग? चिडणारच! स्वतःच्या कष्टाने कमावलेल्या पैशांचं ते पहिलं वाहन होतं. त्याची किंमत त्याला काय कळणार!"

"ते राहू दे धडपडलात कुठे?"

"टाकीवर चढलो होतो."

"ते कशासाठी आता?"

"टाकीची कंडिशन बघायला. काय हा अंदागोंदी कारभार! टाकी चक्क कलंडली आहे एका बाजूला! प्लास्टरिंग तर इतकं खराब झालंय की वीटा दिसायला लागल्यात. शिवाय शेवाळंही साचलंय! हे असलं पाणी आपण पितो सगळे!"

"हे मात्र कठिणच हो! अजून सांगत्ये. जरा ऐका माझं, जाऊ घरी आपण. इथे राहून तब्येत का बिघडून घ्यायची आहे? पप्पू, मनीपण आले होते ना परवा. "घरी चला" म्हणत होतो. मनी तर रडकुंडीला आली होती.''

"तू फक्त स्वत:पुरताच विचार कसा काय करू शकतेस? आपल्याला घर आहे म्हणून ठीक आहे. पण हे बाकीचे लोक? ते कुठे जातील? त्या आधी, त्यांना तर कुणी नात्याचंच नाही. बंडूनानांना त्यांचा मुलगा बघायला सुद्धा येत नाही.''

"जगाची काळजी करत बसा. स्वत:च्या मुलांना मात्र...''

"हे काय आता नविन?''

"फाइल तयार करतोय. इथे जे जे काही गोंधळ चालू आहेत, त्याचे पुरावे आहेत हे.''

"फोटो कसले?'''

हे पाण्याच्या टाकीचे; हे रसोईखान्याचे, हे संडास-बाथरूमच्या कंडिशनचे आणि हे मार्केटमधले!''

"मार्केटमधले? ते कशासाठी?''

"चार दिवसांपूर्वी नव्हतो का गेलो? तू म्हणालीस की कशाला वणवण करताय उन्हाची? तेव्हा काही बोललो नव्हतो, पण आता सांगतो. तो आचारी आहे ना आपला. त्याचा पाठलाग केला. मार्केटमध्ये भाजी घ्यायला जात होता. तुला सांगतो जनावरंसुद्धा तोंड लावतील की नाही, अशी शंका वाटेल, अशा भाज्या त्याने विकत घेतल्या; जून झालेल्या, पिवळ्या पडलेल्या! ताज्या भाज्या वीस रुपये किलो, तर ह्याने आठ रुपये किलोला! त्या शिळ्या भाज्या घेतल्या. वरचे पैसे खिशात! आता बोला!''

"त्याचे का हे फोटो?''

"हो मग कुणी खोटं ठरवायला नको ह्या तात्याला!''

"शर्थ झाली तुमची!''

"तात्यासाहेब, लवकर चला. बंडूनानांना बरं वाटत नाहीये!''

"अरेच्या? काय झालं? आत्ताच काही वेळापूर्वी तर पारावर गप्पा मारत बसलो होतो आम्ही!''

"काही समजत नाही.''

"अरे, कुणीतरी डॉक्टरला बोलवा!''

"आत्ता कुठला डॉक्टर!"

"म्हणजे? डॉक्टर कुठे गेला?"

"तो पळाला नेहमीप्रमाणे."

"ते नंतर बघू. ॲम्ब्युलन्स बोलवा. हॉस्पिटलमधे नेऊया."

"पण फोन तर लॉक आहे."

"मॅनेजर कुठाय?"

"काय की?.."

"वॉचमन तो तरी आहे ना?"

"छे:! शेवटी व्हायचं तेच झाल."

"सुटले बिचारे! एकटा जीव होता. मुलाने कदरच केली नाही."

"ते त्यांचं त्यांना! माझा प्रश्न वेगळाच आहे, आप्पा!"

"सांगा तात्यासाहेब!"

"'हा वृद्धाश्रम आहे आपण सगळेजण इथे रहाण्याचे ॲडव्हान्स पैसे भरतो साठी, सत्तरी ओलांडलेली माणसं इथे रहातात, कधीही कुणालाही. काहीही होऊ शकतं. इथे कायमचा डॉक्टर नको?"

"हवा ना! पण"

"पण काय? ह्याचा विचार झालाच पाहिजे!"

"कोण करणार?"

"कोण कशाला आपण इथे रहातो, विचारही आपणच करायचा."

"तेवढी ताकद असती अंगात तर तात्यासाहेब, वृद्धाश्रमाची पायरी कोणी कधी चढेल का? आपण सर्व अडगळीतली माणसं!"

"छे, छे! हे चुकतंय तुमचं. तुम्हीच स्वतःला अडगळ मानायला लागले आहात. स्वतःची कीव करायला तुम्हाला आवडायला लागलंय; पण हा तात्या तसा नाही. तो दुसऱ्याची कीव करत नाही आणि स्वतःची करवूनही घेत नाही."

"मॅनेजर ना तुम्ही?"

"हो, काय काम काढलंत?"

"माझ्या माहितीप्रमाणे इथे आठ तासाची डॉक्टरांची ड्युटी असते."

"बरोबर!"

"पण हा डॉक्टर फक्त सकाळी दीड-दोन तांस दिसतो इथे आणि पगार मात्र पूर्ण तासांचा घेतो."

"..."

"गप्प का? बोला? त्यातला तुमचा हिस्सा किती?"

"तात्यासाहेब..."

"ओरडू नका. सर्व पुरावे आहेत माझ्याकडे. इथल्या प्रत्येक डिपार्टमेंटकडून हप्ते मिळतात तुम्हाला."

"हा वृद्धाश्रम आहे. तो तुमच्यासारख्या घरच्यांना नकोशा झालेल्या माणसाकरता. इथे जे मिळतंय ते निमूटपणे घ्या आणि रहा समजलं."

"होय समजलं. आता तरुण आहेस तू म्हणून एवढं बोलतोयस. उद्या तुझ्यावर इथेच रहायची वेळ येणार नाही कशावरून? समजलास?"

"किती हा त्रागा!"

"ही. ही आजकालची मुलं आम्ही नाही आमच्या आई-वडिलांना टाकलं ते? कधी तसे विचारच नाही आले मनात."

"जग बदलतंय, वृत्ती बदलतायत!"

"काही समजावू नकोस मला. मी काय गप्प बसणार आहे? हे बघा केवढं बाड जमवलंय. प्रत्येक गोष्टीचा पुरावा आहे. उद्या रात्री जेवणं झाली की सगळ्यांना एकत्र बोलावतो. मग बघा!"

"आपण सगळे इथे रहातो. आता आपलं एक अनोखं कुटूंब तयार झालय. सगळ्या जातीची माणसं आहेत इथे. कुणी एकेकटे कुणी दोघं! पण आता ज्या काही अडचणी, आनंदाचे प्रसंग, सुख, दुःख आहे ते आपलं सर्वांचं मिळून आहे. माझी आपणां सर्वांना विनंती आहे. माझे यजमान, सर्वजण त्यांना तात्यासाहेब म्हणतात, ते काही सांगू इच्छितात. सर्वांनी ते ऐकून घ्यावं नी मग निर्णय सांगावा आपापला! धन्यवाद."

"मी ह्या आश्रमांत माझ्या पत्नीसकट स्वखुषीने आलो आहे. देवकृपेने माझी दोन्ही मुलं चांगली आहेत पण माझी काही तत्त्व आहेत. ती तत्त्व मी मरेपर्यंत काही सुटत नाहीत आता. त्या तत्त्वांना धरून राहिलो. तडजोड केली नाही म्हणून मी आज इथे आहे. एंकदरीतच इथे आल्यानंतर काही काही गैर गोष्टी माझ्या नजरेत यायला लागल्या. त्या गोष्टींचा मी पाठपुरावा केला आणि आज सर्व पुराव्या सकट त्या गोष्टी मी तुमच्यासमोर ठेवत आहे. ही फाइल तुम्ही प्रत्येकाने बघावीत ही माझी विनंती आहे."

"तात्यासाहेब, सर्व माहिती मिळाली; पण पुढे काय?"

"पुढे काय म्हणजे? हे पुरावे आपण वर्तमानपत्रात देऊ शकतो. आश्रमाच्या बाहेर मोठ्ठाले फलक लावू शकतो. रस्त्यातून येणारी-जाणारे फलक वाचतील. अन्यायाला तोंड फुटे. एवढं झालं की सरकारला ह्यात लक्ष घालावंच लागेल."

"हो. हे नव्हतं कधी सुचलं आम्हांला, तात्यासाहेब!"

"ह्यात सुचायचं काय? आपले हक्कच आहेत ते. मिळत नसतील तर मागून घेऊ. मागूनही नाही मिळाले तर ओरबाडून घेऊ. शरीरं थकली असतील, पण मन?"

"ती अजूनही ताजी आहेत, जवान आहेत."

"मग बोला तर काय विचार?"

"आता विचार कसला? तात्यासाहेब होऊन जाऊ द्या!"

"आण रे फलक, लिही ग तू. तुझं अक्षर चांगलं आहे!"

लिही - किमान अपेक्षा -

१) चोविस तास डॉक्टरांची उपलब्धता.

२) सकस नी रुचकर ताजं अन्न.

३) पाण्याची टाकी - नवीन हवी

४) खोल्यांमधली अत्यावश्यक दुरुस्ती.

५) पैसे खाणाऱ्या मॅनेजरची हकालपट्टी.

६) आमच्यापैकीच एकाची मॅनेजर म्हणून नेमणूक हवी."

"बास, बास, तात्यासाहेब, उत्तम. तुम्हीच मॅनेजर व्हायचं. तुम्हीच हा वृद्धाश्रम चालवायचा. मानलं तुम्हाला!

"बोला,
तात्यासाहेब
जिंदाबाद.
हमारी मांगे, पुरी करो
तात्यासाहेब कांबळे
जिंदाबाद जिंदाबाद!

"किती छान झाली हो मीटिंग! किती कष्ट घेतले तात्यासाहेबांनी!"

"माई, ह्यांचा तो स्वभावच आहे पहिल्यापासून. अन्याय नाहीच सहन होत. कायम झगडा आणि झीज!"

"भाग्यवान आहात हो!"

"आहे खरी; पण काय सांगू तुम्हांला ते पहिले दिवस... थांबाहं. ह्यांना झोपेची गोळी दयायची आहे. ती देते मग बसू बोलत."

"चला, मीही येते."

"चला ना."

"अहो, कुणाला देताय झोपेची गोळी?"

"ह्यांनाच. तिथे भाषण संपलं तर एक मिनिट न थांबता तरातरा निघून आले इथे.''

"पण बघताय ना? छान घोरतायत.''

"माई, खरंच की हो! हल्ली किती दिवस गोळीशिवाय झोप नव्हती त्यांना.''

"पण आत्ता तर छान झोपलेले दिसतात. थकले असतील!''

"नाही. थकव्याची झोप नाही ही माई. ही शांती, ही झोप आहे "जिंदाबाद''. तुम्हांला फक्त ते झोपलेले दिसतायत; पण मला मात्र जे कुणालाच दिसू नाही शकणार असं दिसतंय, त्यांच्या कपाळावर, नसानसात उमटणारे जिंदाबाद जिंदाबाद हे शब्द!''